இந்த இனிய பயன்தரும்
நூலை பரிசாக
வழங்குவதில்
பெருமகிழ்வுகொள்ளும்
தங்கள் அன்புள்ள...

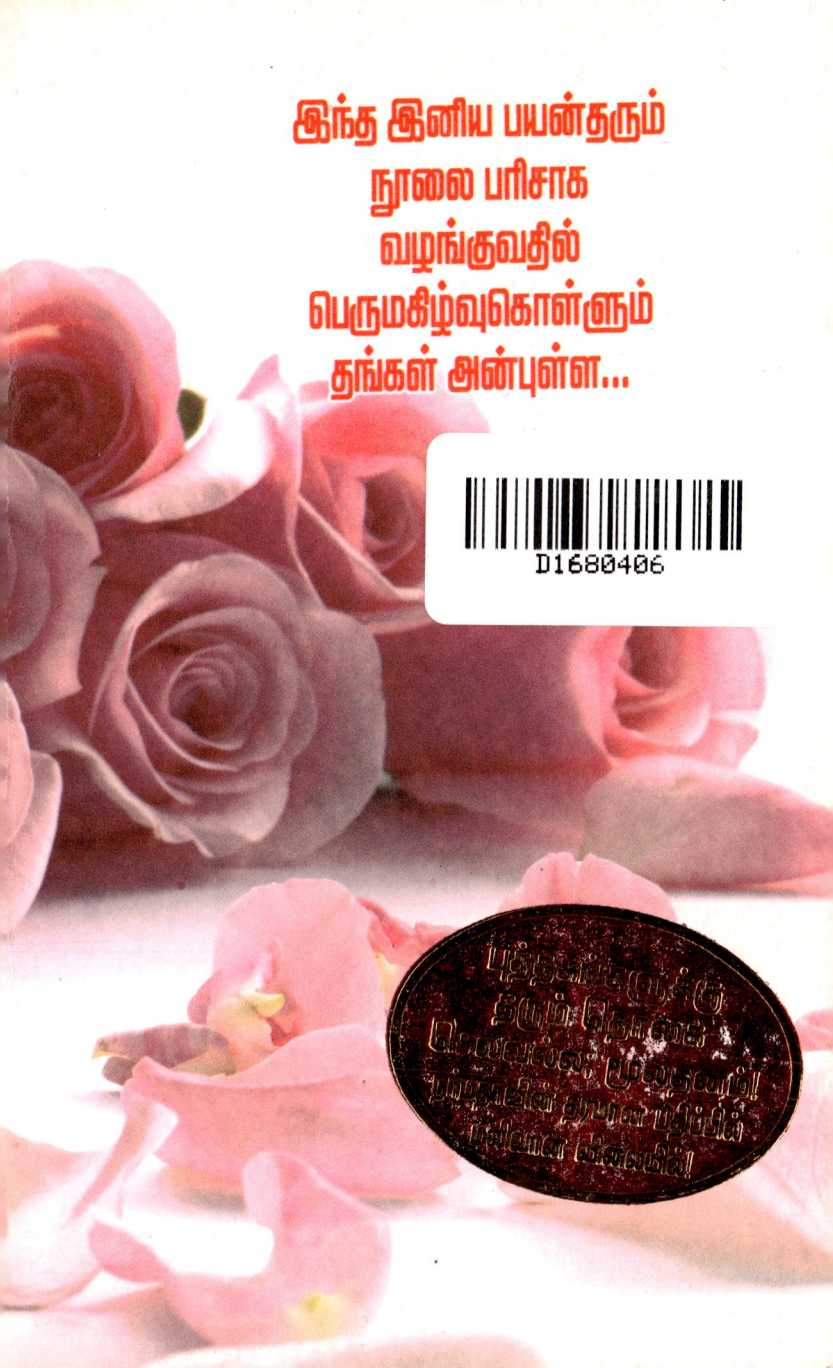

வீட்டிலேயே காய்கறித் தோட்டம் அமைக்கும் முறைகள்

C.S. தேவ்நாத் B.A., B.G.L.,

நர்மதா பதிப்பகம்

நல்ல நூல் வெளியீட்டாளர்கள்
10, நானா தெரு, (தி.நகர் தலைமை
அஞ்சலகத்தை ஒட்டிய தெரு), பாண்டிபஜார்,
தியாகராய நகர், சென்னை - 600 017. ☎ 24334397
செல்லிடபேசிகள்: 98402 26661, 98409 32566, 99400 45044

வாசகர்களுக்கு

தோட்டக்கலை மற்றும் பயிரிடுதல் சம்பந்தமாகவும், மலிவு விலையில் உரம், விதைகள் வாங்கிடவும் கீழ்க்கண்ட முகவரிகளுக்கு சுய விலாசமிட்ட கவருடன் எழுதுங்கள்:

1. திரு. துணை இயக்குநரவர்கள்,
   தோட்டக்கலை இயக்ககம்,
   தரமணி, சென்னை - 600 113.

2. இந்திய உழவர் உரக் கூட்டுறவு நிறுவனம்,
   115, அபிபுல்லா சாலை,
   சென்னை - 600 017.

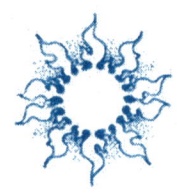

Pages: 136
Price: Rs.60.00

☐ Veetilaeye Kaai Kari Thottam Amaikkum Muraigal - Home garden cultivation - in Tamil by C.S.Devnath ☐ This Edition January 2015 ☐ Published by T.S.Raamalingam Narmadha Pathipagam Chennai - 600 017 ☐ D.T.P. Execution at M/s. Star Graphics, Chennai - 600 017 ☐ Printed at M/s. Malar Printers, Chennai - 600 034 ☐

பொருளடக்கம்

1) திட்டமிடுதல் — 5
2) மண்ணின் தன்மையை ஆராய வேண்டும் — 13
3) தரமான விதைகளைத் தேர்ந்தெடுங்கள் — 19
4) நாற்றுகளை எப்படி நடவு செய்வது? — 29
5) நீர் பராமரிப்பு — 32
6) களை எடுப்பு — 36
7) உரம் இடுதல் — 39
8) நோய் தடுப்பு — 45
9) செடிவகை காய்கறிகள் — 51
10) கொடிவகை காய்கள் — 67

11) இலைப் பயிர்கள் — 77

12) கிழங்கு இனப்பயிர்கள் — 89

13) மர வகைகள் — 100

14) இதரப் பயிர்கள் — 105

வீட்டிலேயே காய்கறித் தோட்டம் அமைக்கும் முறைகள்

1

திட்டமிடுதல்

'பச்சைப் பசேல் என்ற காய்கறிகள், பணச் செலவு இல்லாமல் கிடைத்தால் எப்படி இருக்கும்!' இல்லத்தரசிகளின் கனவு இது. வசிக்கின்ற வீட்டுக்குப் பக்கமாய் காலி இடம் கொஞ்சமாவது இருந்தால் அவர்கள் தங்கள் கனவை நனவாக்கிக் கொள்ள முடியும்.

காய்கறித் தோட்டத்தின் அவசியம்

நகரத்தில் இருப்பவர்களுக்குத் தெரியும், தொலை தூரத்தில் இருந்து லாரிகளில் காய்கறி மூட்டைகள் வருவது. அவை, தோட்டத்தில் இருந்து லாரிக்கு வந்து, கடைகளில் இறங்கி நம்

கைக்கு வரும்போது... காய்ந்து ருசிமாறித்தான் போகும்.

'என்னப்பா, தக்காளி இந்த விலை சொல்றே' கடைக்காரரிடம் கேட்போம்.

'வெய்யில் என்னமா அடிக்குது. மனுசனுக்குக் குடிக்கத் தண்ணி இல்லேன்னா தவிச்சுப் போவம்ல, செடி கொடிங்க என்ன பண்ணும். பூமியே வெடிச்சுகிடக்கிற இந்த நாள்ல தண்ணி பாய்ச்சி, செடி வளர்த்து காய் பறிக்கிறது சாமான்ய விஷயமா?' என்பார் கடைக்காரர்.

அதே தக்காளி, மழை சீசனில் –

'நீ என்ன தக்காளி விக்கறயா, தங்கமா, இந்த விலை சொல்றே' இது நம்முடைய கேள்வி.

'என்ன செய்யறதுங்க. அந்த சைடுலாம் பேய் மழை வெள்ளம்... லாரி வந்தே நாலு நாள் ஆகுது. அவனவன் தலைல கையை வச்சிட்டு இருக்கான், நீங்க விலையைப் பத்தி கவலைப்படறீங்க' – இது கடைக்காரர் போடுகிற போடு.

விலைவாசியைப் போல் 'கிடுகிடு' உயர்வு வேறெதிலும் இல்லை என்றுதான் சொல்ல வேண்டும். அதிலும் காய்கறி விலை...

முன்பெல்லாம் பத்து ரூபாய்க்கு கறிகாய் வாங்கினால் பை கனக்கும், இப்போது ஐம்பது

ரூபாய்க்கு வாங்கினாலும் பை கனக்கிறதில்லை. நெஞ்சுதான் கனக்கிறது.

வீட்டைச் சுற்றி 'கிரவுண்ட்' கணக்கில் இடம் இருந்தால் பெரிய அளவில் காய்கறி பயிரிடலாம்.

அதுவே ஒரு சுயதொழில் மாதிரி. சில சதுர அடிகள்தான் ஒதுக்க முடியும் என்றாலும் போதும், வீட்டுச் சமையலுக்கு ஆச்சு. அத்துடன், தோட்ட வேலை செய்கிற சிறுவர், சிறுமியர்க்கு உடற் பயிற்சி செய்த பலனும் கிடைக்கும். கொத்தி, கிளறி, தண்ணீர் பாய்ச்சி... என்று உடல் உழைப்புக்கு அனேக வாய்ப்புகள்.

தோட்ட வேலை குடும்பத் தலைவரான உங்க ளுக்கும் மனநிறைவைக் கொடுக்கிற ஒரு பொழுது போக்காகிவிடும். 'நாமே பின்னிய ஸ்வெட்டர், நாமே செய்த பொம்மை மாதிரி நாமே பயிர் செய்த காய்கறி'யும் உங்களுக்கு மகிழ்ச்சி தருகிற விஷயந்தான்.

இப்போது – 'நாமும் காய்கறித் தோட்டம் போட வேண்டும்' என்ற திட்டம் பிறந்திருக்குமே!

உங்களுக்கு அடிப்படைத் தேவை நம்பிக்கை. 'என்னால் முடியும். சோம்பலின்றி உழைப்பேன். செடிகளைக் காய்க்க வைத்தே தீருவேன்' என்கிற நம்பிக்கை. உழைப்பு மட்டும் போதாது, கொஞ்சம் தோட்டப் பராமரிப்பு பற்றிய உண்மைகளும்

தெரிந்திருக்க வேண்டும். சொல்லப் போனால் அதுவே ஒரு கலை. தோட்டக்கலை!

உங்கள் உற்சாகத்தைக் குறைக்க அக்கம் பக்கத்துப் பெண்மணிகள் 'ரெடி'யாக இருப்பார்கள். 'செடி மண்டினா கொசு அதிகமாயிருக்கும். நான்கூட உங்களை மாதிரி 'ட்ரை' பண்ணியிருக்கேன். செடிங்க தளதளன்னு வளர்ந்து நிக்கறப்போ ஆடுகள் கடிச்சு.. ப்சு... அவ்வளவு தான்.' வீட்டுக்குள்ளேயும் உங்களை 'டிஸ்கரேஜ்' செய்ய ஆள் இருக்கும். யார் என்கிறீர்களா? சாட்சாத் உங்கள் கணவர்தான். 'என் ஃப்ரண்ட் வீட்ல ஐநூறு ரூபாய் செலவு பண்ணி ஒரு கிலோ கத்திரிக்காய் அறுத்தான்' என்பார்.

நீங்கள் அதை எல்லாம் காதில் போட்டுக் கொள்ளாதீர்கள். முதலில் காய்கறித் தோட்டத்திற்கு ஒரு கெட்டியான வேலியைப் போட்டு விடுங்கள். நாலு பக்கமும் காம்பவுண்ட் உள்ள வீடா, ஓ.கே.

தோட்ட அமைப்பு

வீட்டின் அமைப்பைப் பொறுத்து, தோட்டத்தைப் பின்புறமோ, பக்கவாட்டிலோ அமைத்துக் கொள்ளலாம்.

முன்புறத்தில் போட்டால் என்ன? என்று கேட்பீர்கள். வீட்டின் முன்புறம் ஒரு வெண்டைப்

பாத்தியையோ, அவரைப் பந்தலையோ உங்க
ளால் கற்பனை செய்ய முடிகிறதோ. முன்புற
இடத்தை அலங்காரச் செடிகளுக்கும், பூஞ்செடி
களுக்கும் ஒதுக்குவதே அழகு.

தாவரங்களுக்கு வெய்யில் தேவை. காய்கறிப்
பாத்திகளை கிழக்கு நோக்கியதாய் அமைக்க
வேண்டும். நிழல் மரங்கள் அருகில் இருக்கக்
கூடாது. சூரிய வெளிச்சம் அவசியம், அப்படித்தான்
தண்ணீரும். நாம் பாய்ச்சுகிற தண்ணீரோ,
மழைநீரோ தேங்குகிற மாதிரி இருக்கக் கூடாது.
பாத்திகளை மேடாக அமைக்க வேண்டும்.
வடிகால் வசதி அவசியம்.

பாத்திகளை நேராகவும், ஒரே அளவிலும் பிரிக்க
வேண்டும். பாத்தி நெடுகவும் மேடு பள்ளம்
இல்லாமல், மண் சமமாக இருக்க வேண்டும்.

தோட்டத்தில் ஆண்டு முழுதும் பலன்
கிடைக்கிற மாதிரி திட்டமிட்டு பயிர் செய்வது
நல்லது. காய்கறிச் செடிகளில் நீண்ட காலம் பலன்
கொடுப்பது, குறுகிய காலம் பலன் கொடுப்பது
என இருவகை உண்டு. சுழற்சி (Cycle) முறையில்
பயிரிட்டு வந்தால் எப்போதும் காய்கறிகளுக்குப்
பஞ்சமில்லை.

தோட்டம் போடுவதற்கு என்ன செலவாகும்,
என்ன கிடைக்கும் என்பதை முன்கூட்டியே
கணக்கிட்டுக் கொள்ள வேண்டும். எவ்விதத்திலும்

நஷ்டம் வராதபடிக்கு எதையும் முன்யோசனை யுடன் செய்ய வேண்டும். அடுத்து, என்னென்ன காய்கறிச் செடிகள் (கொடிகளும்) பயிர் பண்ணப் போகிறோம் என்பதையும் தீர்மானித்துக் கொள்ள வேண்டும்.

செடிகளின் வளர்ச்சியை (கூடி இருக்கும், குறைந்தும் இருக்கும்) அவ்வப்போது கண் காணித்து வரவேண்டும்.

மனதில் கொள்ளுங்கள்

நீங்கள் சோம்பேறித்தனம் உள்ளவராயின் காய்கறி பயிரிடும் எண்ணத்தையே விட்டு விடலாம். காரணம், சுறுசுறுப்பு இல்லாவிட்டால் ஒன்றும் நடவாது. 'இன்று செய்ய வேண்டியதை நாளைக்குப் பார்த்துக் கொள்வோமே' என்று அலட்சியப்படுத்திவிட முடியாது. தண்ணீர் ஊற்றத் தயங்கினால் செடி வாடிவிடும். களை எடுக்காமல் விட்டுவிட்டால் செடியின் வளர்ச்சி பாதிக்கப் படும்.

காயைப் பக்குவம் பார்த்து பறிக்காவிட்டால் முற்றிப் போய் ஒன்றுக்கும் உதவாததாகிவிடும். ஸோ... சுறுசுறுப்பு அவசியம்.

செடி கொடிகளும் குழந்தை மாதிரிதான். அடிக்கடி ஏதாவது பிரச்சினை வரும். அதற்கான

காரணங்களை ஆராய்ந்து அவ்வப்போது சீர் செய்து விடவேண்டும்.

பயிர்கள் பூச்சி, புழு மற்றும் நோய்த் தொற்றுகளால் பாதிக்கப்படலாம். மருந்து தெளித்தல் போன்ற தடுப்பு நடவடிக்கை தேவைப்படும்.

தோட்டக் கருவிகள்

தோட்ட வேலைக்கு கடப்பாறை, மண்வெட்டி, களைக்கொட்டு, பூவாளி, தண்ணீர்க்குடம், கூடை முதலியவை தேவைப்படும்.

சில வீட்டுத் தோட்டங்களில் மண் கெட்டியாக இருக்கும். கடப்பாறை கொண்டுதான் அந்த மண்ணைக் கிளறிவிட வேண்டும். கட்டி கட்டியாக மண்ணைப் புரட்டி விடலாம். பிறகு மண்வெட்டியால் கொத்துவது சுலபம். தோட்ட வேலையில் குழி போடுகிற காரியமும் இருக்கும். வளர்ந்த செடிகளை நடவும், கால் வைத்துப் பந்தலிடவும் குழி போட்டுத்தான் ஆகவேண்டும். அதற்கு கடப்பாறை உதவியாக இருக்கும்.

மண்ணைக் கொத்துவதற்கு முக்கியமாகத் தேவைப்படுவது மண்வெட்டி. கொத்திய மண்ணை வாரிப் போடவும் மண்வெட்டிதான் வேண்டி இருக்கும். நின்ற நிலையிலோ, இடுப்பை வளைத்து சற்றுக் குனிந்த நிலையிலோ மண்ணை வெட்டிக் கொத்த உதவும்.

களைக்கொட்டு என்பது மண் வெட்டி மாதிரியே சின்ன சைஸில் இருக்கும். குட்டையான காம்பு, சின்ன அலகு கொண்டது. செடிகளைச் சுற்றியோ அல்லது வரிசைகளுக்கு இடையிலோ களைகள், புற்கள் தலை எடுத்திருக்கும். களைகளை அகற்ற மண்வெட்டியை பயன்படுத்த முடியாது. செடிகளை சேதப்படுத்தாமல் களை அகற்ற களைக் கொட்டுதான் சிறந்தது. நீங்கள் உட்கார்ந்தபடியே இக்கருவியைப் பயன்படுத்தலாம்.

மிகக் குறைந்த அளவே தண்ணீர் தேவைப்படும். கீரைப்பாத்திக்கும், தொட்டிச் செடிகளுக்கும் பூவாளி கொண்டுதான் நீர் தெளிக்க வேண்டும்.

வளர்ந்த செடிகளுக்கு நீர் ஊற்ற குடத்தைப் பயன்படுத்தலாம்.

செடிகளுக்கு உரமிடவும், குப்பைகளை வாரவும் கூடை தேவைப்படும்.

2
மண்ணின் தன்மையை ஆராய வேண்டுமா?

பூமியும் சரி, தண்ணீரும் சரி, எங்கும் ஒரே தன்மை உடையதாய் இருப்பதில்லை. இடத்துக்கு இடம் வேறுபடும். சில செடிகள் எல்லா மண்ணிலும் விளையும். இன்ன மண்ணில் இன்ன செடிதான் நன்கு வளரும், இன்னது வளர்ச்சி அடையாது என்கிற நிலையும் உண்டு.

நீங்கள் தோட்டம் அமைப்பதற்கு முன் மண்ணின் தன்மைகளை, வகைகளைப் புரிந்து கொள்ளுங்கள். பெரிய அளவில் தோட்டம் அமைக்கிறவர் மண்ணை, மண் ஆராய்ச்சி நிலையத்திற்கு அனுப்பி பரிசோதனை செய்து கொள்வது நல்லது. ஆராய்ச்சியாளர்கள் உங்கள் தோட்டத்து மண்ணில் என்னென்ன சத்துக்கள் எத்தனை சதவீதத்தில் உள்ளது, பயிர்களுக்கு எந்த அளவு உரமிட வேண்டும் என்பதைத் தெரிவிப்பார்கள். உங்கள் மண்ணுக்கேற்ற தாவர வகைகளையும் சிபாரிசு செய்வார்கள்.

பொதுவாக மணல், களிமண், வண்டல், சரளை, உவர்மண், செம்மண் என்று மண்ணை வகை பிரிக்கலாம்.

மணற்பாங்கான நிலத்தில் மண்ணின் துகள்கள் அடர்த்தியாக இருப்பதில்லை. முழுக்க முழுக்க மணலான பகுதியில் செடிகள் முழுமையாக வளர்வதில்லை. காரணம், நாம் பாய்ச்சுகிற நீரை மணலால் நெடுநேரம் தக்க வைத்துக்கொள்ள முடியாது. தண்ணீர் அடிமண்ணுக்குப் போய்விட, செடிகளுக்கு உணவு கிட்டாது. அது மட்டுமல்ல, மணலின் சூட்டை செடிகளால் தாங்கிக் கொள்ள முடியாது. இந்நிலத்தில் செம்மண், பசுந்தழை, மாட்டுச்சாணம் ஆகியவற்றைக் கலந்து சத்துள்ள மண்ணாக மாற்றலாம். 'ஆற்று மண்ணுக்கு வேற்று மண்' என்று கிராமப்புறத்தில் சொல்வார்கள்.

களிமண் மிகவும் கடினமானது. பயிர்கள் இந்தப் பரப்பில் வேர்விடுவது கடினம். கோடையில் வறட்சி தாங்காமல் செடிகள் உலர்ந்து போகும். அதிக அளவு நீர் பாய்ச்ச வேண்டி இருக்கும். மண்ணை நன்கு உழுது, இரசாயனச் சத்துக்களை இட்டால் நல்ல பலன் கிடைக்கும். களியுடன் ஆற்று மண், சாம்பல் கலக்கலாம். சுண்ணாம்புச் சத்து சேர்ந்தால் கெட்டியான களிமண் இளக்கத் தன்மையைப் பெற்றுவிடும்.

சரளை மண் என்பது கல் போன்ற கட்டிகளை அதிக அளவில் கொண்டிருக்கும். இத்துடன் களிமண் சிறிது சேர்க்கலாம். சுண்ணாம்பு, மாட்டுச் சாணம் எருவாகச் சேர்க்கலாம்.

சில இடங்களில் கிணறு அல்லது குழாய் வழியே எடுக்கப்படும் நீரில் உப்பு அதிகம் இருக்கும். அந்த நீரைப் பாய்ச்சுகிறபோது நிலம் உவர்த்தன்மை

அடைகிறது. உவர் நிலத்தில் தாவரம் செழித்து வளராது. மண்ணிலுள்ள உப்பு காரணமாக செடிகள் தமக்குத் தேவைப்படும் நீரை உறிஞ்சிக் கொள்ள முடியாது. இந்த மண்ணில் பயிரிட வேண்டுமானால், நல்ல வடிகால் அமைப்பு அவசியம். பசுந்தழை, செம்மண், நன்கு மக்கிய சாண எரு ஆகியவற்றை ஒரே அளவில் கலந்து, கொத்திய நிலத்தில் இட்டால் (மண்ணைப் புரட்டி தலைகீழாக்கிய பின்) மற்ற மண்ணைப் போலவே நல்ல பலன் தரும்.

வண்டல் மண் சத்துள்ளது. உங்களுடைய தோட்டத்தில் இத்தகைய மண் இல்லை எனில் ஆற்றுப்படுகை அல்லது குளத்தில் (கோடை காலத்தில் வெட்டி எடுக்கலாம்) படிந்த வண்டலை எடுத்துவரச் செய்து தோட்டத்து மண்ணுடன் கலந்துவிடுங்கள். அதிக விளைச்சலுக்கு வண்டல் உதவும்.

மண் பற்றிய உண்மைகள்

- நிலத்தில் உள்ள மண் ஒரே விதமாக இருக்காது. மேல் மண், அடி மண் என இரண்டு வகையாக இருக்கும். தரையில் இருந்து ஓரடி ஆழத்துக்கு உட்பட்ட மண்ணை 'மேல் மண்' என்றும், அதற்குக் கீழ்ப்பட்டதை 'அடிமண்' என்றும் சொல்வார்கள். நாம் எரு இடுவதும், நீர் பாய்ச்சுவதும் மேல் மண்ணில்தான். பொதுவாக மேல் மண் களிப்புப் பாங்கில் இருக்கும். அதில் நீர்பாய்ச்சினால் தண்ணீர் பூமிக்குள் ஊறாமல் மேலாகவே வழிந்தோடிவிடும்.

- மண் வளத்திற்கு முக்கியத்துவம் அளியுங்கள். இல்லையேல், எவ்வளவு பணம் செலவழித்தாலும் தக்க பலனைப் பெற முடியாது.

- மண்தான் செடியை வளர்க்கிறது, தாங்கி நிறுத்துகிறது. செடிகளின் வாழ்வுக்கு மண்ணே ஆதாரம்.

- செடிகளுக்குத் தேவையான வாயுக்கள் மண்ணில் இருந்தே கிடைக்கின்றன.

- நாம் இடுகிற உரங்கள் மண்ணில் கரைசலாக மாறுவது முக்கியம். கரைசல் ஏற்பட சாத்தியம் இல்லாத மண்ணில் (மணற்பாங்கான) செடிகள் நல்லவிதமாக வளரவோ, பலன் தரவோ முடியாது.

- செடிகளுக்கு ஆணிவேர் இருக்கும். அதில் இருந்து பல சிறு கிளைகளாகப் பிரியும். அவற்றில் மயிர் இழை போன்ற நுண்ணிய குழாய்கள் இருக்கும். இக்குழாய்கள் மூலமாகத்தான் மண்ணின் சத்துக்கள் கிரகிக்கப்படுகின்றன. மண் கட்டிகளாக இருந்தாலும், கெட்டியாக இருந்தாலும் அந்த நுண்ணிய குழாய்கள் மண்ணைத் துளைத்து பரவுவது கடினம். இளக்கமுள்ள மண்தான் அதற்கு உதவ முடியும்.

- எந்த மண்ணையும் கொத்திக் கிளறி இளக்கமுள்ளதாக மாற்ற முடியும்.

- மண்ணில் உள்ள சத்துக்களைப் பொறுத்தே செடியின் வளர்ச்சி இருக்கும். அவை போதிய அளவு இல்லாவிடில் தொழு உரம் அல்லது செயற்கை உரங்களைக் கொண்டு ஈடு செய்ய வேண்டும்.
- நீரை அதிக அளவு பாய்ச்சினாலோ, நீர் தேங்கினாலோ மண் சேற்று நிலையை அடைந்துவிடும். அந்நிலையில், பயிர்களுக்குத் தேவையான வாயுக்கள் அந்த மண்ணில் இடம்பெறாது போய்விடும்.
- மண்ணில் அனேக சத்துக்கள் உள்ளன. இரும்பு, தாமிரம், கந்தகம், மக்னீசியம், கால்சியம் போன்றவை. குப்பைக் கூளங்களும், தழைகளும், கால்நடைக் கழிவுகளும் மண்ணில் கலந்து, மக்கி சத்துக்களாக மாறும்.
- மண்ணின் நிறத்தைக் கொண்டு அதன் காற்றோட்டத்தைக் கண்டுகொள்ள முடியும்.
- மண்ணின் மனத்தைக் கொண்டு அதன் வளத்தை அறிய முடியும். இந்த மணம் மக்கலுடன், நுண்கிருமிகள் ஏற்படுத்தும் தாக்குதலில் விளைவது.
- மண்ணின் இடைவெளிகளில் உள்ள காற்று, செடிகளின் வேர்ப்பகுதிகள் சுவாசிக்கப் பயன்படும். மண்ணை உழுவதன் (அல்லது கொத்திக் கிளறுவது) மூலம் காற்றின் அளவை அதிகப்படுத்தலாம்.

- மண்ணின் இளக்கத்தன்மை அம்மண்ணில் உள்ள ஈரப்பதத்தைப் பொறுத்தது. நீர் இருந்தால் இளகுவதும், காய்ந்தால் இறுகுவதும் மண்ணின் இயல்பு.

- இலேசான மண்ணில் பயிர்கள் எளிதில் வளரும். ஆனால், அதிக பலன் கிடைக்காது. காரணம், அத்தகைய மண்ணில் களிப்பு இருக்காது. உலோகச் சத்துக்கள் இருந்தால்தான் நல்ல பலன் கிடைக்கும்.

- வெறும் களிப்பு மண் என்றாலோ மண் கடினமாய் இருக்கும். செடிகள் தாமதமாக வளர்ச்சி அடையும். ஆனால், நல்ல பலன் கிடைக்கும். உவர் மண் மட்டுமே காய்கறி பயிரிட ஏற்றதாக இருக்காது.

- மணற்பாங்கான மண் கிழங்கு வகைகளுக்கு ஏற்றது.

- கலப்பு மண்ணே காய்கறித் தாவரம் அனைத்துக்கும் ஏற்றது. இந்த நிலத்தை 'இருமண்பாகு நிலம்' என்பார்கள். இதில் களிமண் இருப்பதால், மண்ணின் ஈரத்தன்மை எப்போதும் பராமரிக்கப்படும். மணல் இருப்பதால் நீர் தேங்கி வேர்கள் நசிகிற நிலை ஏற்படாது. களிப்பு வேர்களுக்கு உரமூட்டும். மணல் காற்றோட்டத்தைத் தரும்.

இயற்கை அழகும், உணவும் :

இயற்கை அழகு ஈடு இணையற்றது. பழங்காலத்தில் மனிதன் இயற்கையோடு இயைந்துதான் வாழ்ந்தான். இயற்கையாக கிடைக்கும் கனிகளையும், காய்களையும் தேனையும் உண்டு செயற்கை வாடை வீசாமல் இயற்கையின் வடிவமாக காட்சியளித்தான்.

நம் எல்லோர் வீட்டிலும் அழகுக்கு அழகு படுத்தும் பசுமையான செடிகள் நாம் வெளிவிடும் அசுத்தக் காற்றான கார்பன்-டை-ஆக்ஸைடை உறிஞ்சிக் கொண்டு நமக்குத் தேவையான ஆக்சிஜனை வெளி விடுகின்றன. நம் மனத்தை அமைதியாக ஒரு நிலைப் படுத்த, கோபத்தை அடக்க செடிகள் உதவுகின்றன. செடிகள் இல்லாத வீடு வெறிச்சோடிக் காணப்படும். பலவிதமான வண்ண, வண்ணச் செடிகள் நிரம்பிய வீடு அழகான மனதைக் கவரும் வீடாக அமைகிறது.

வீடுகள் மற்றும் கட்டிடங்களுக்குள்ளே செடி, கொடிகளை வளர்ப்பதனால் அங்குள்ள காற்றிலுள்ள கார்பன்-டை-ஆக்ஸைடை நீக்கி சுற்றுப்புறத்தைத் தூய்மைப்படுத்தி காற்று சுத்தமடைகிறது. எதிரொலி களைக் குறைத்து ஒலியை உள்வாங்கி கொள்கின்றன. அலுவலக அறையின் பசுமையான செடிகள் பணி புரிபவர்களின் பதற்றத்தைக் குறைத்து அமைதிப் படுத்துகின்றன. மேலும் தூசு, தும்புகளால் பாதிப்புக் குறைகிறது. மருத்துவமனைகளில் நோயாளிகளின் மனத்தில் உற்சாகத்தை ஏற்படுத்த வல்லவை செடிகள். எனவே செடிகளை, வீடுகளைத் தவிர பள்ளிகள், கல்லூரிகள், வங்கிகள், அலுவலகங்கள், மருத்துவ மனைகள் ஆகிய இடங்களிலும் கட்டாயம் வளர்க்க வேண்டும்.

1. காய்கறி செடிகளுக்கு உரமிடல்

20 கிராம் அல்லது 1 டீ ஸ்பூன் யூரியா, மற்றும் 1 டீ ஸ்பூன் டி.ஏ.பி. 20 நாட்களுக்கு ஒரு முறையும் செடி காய்க்கும் பருவத்தில் 10 நாட்களுக்கு ஒரு முறையும் ஒவ்வொரு செடிக்கும் இடவேண்டும்.

2. பழ மரங்களுக்கு உரமிடல்

3 வயது வரை உள்ள மரங்களுக்கு மூன்று மாதங்களுக்கு ஒரு முறை 100 கிராம் யூரியா, 100 கிராம் டி.ஏ.பி. மற்றும் 100 கிராம் பொட்டாஷ் இட வேண்டும்.

3 முதல் 5 வயது வரை உள்ள மரங்களுக்கு ஆறு மாதங்களுக்கு ஒரு முறை ¼ கிலோ யூரியா, ¼ கிலோ D.A.P மற்றும் ¼ கிலோ பொட்டாஷ் இடவும்.

5 வருடங்களுக்கு மேற்பட்டவற்றிற்கு ஆறு மாதத்திற்கு ஒரு முறை ½ கிலோ யூரியா. ½ கிலோ D.A.P மற்றும் ½ கிலோ பொட்டாஷ் இடவும்.

உரமிடும்போது கவனிக்க வேண்டியவை :

1. தண்டிலிருந்து குறைந்தது 6 செ.மீ. தள்ளி உரமிடவும்.
2. உரமிடுமுன் நன்றாகக் கொத்திவிட்டு உரமிட்ட பின்பு மண்ணை நன்றாகப் பரவி விடவும்.
3. தொட்டியில் வைக்கப்பட்ட செடிகளுக்கு ஒன்றிரண்டு நீர்த்துளிகள் கீழே உள்ள துளை வழியே வரும்வரை தண்ணீர் விடவும். இரசாயன உரம் இட்டவுடன் தாராளமாகத் தண்ணீர் விட வேண்டும்.

செடிகளுக்கு பூச்சி பிடித்தால் பூச்சி மருந்து தெளிக்க வேண்டும். பி.எச்.சி. 10%, செவின், ரோகார் போன்றவற்றை உபயோகிக்கலாம்.

வ. எண்	காய்கறிகள்	பருவம்	நடும்முறை
1.	தக்காளி	டிச-ஜன ஜூன்-ஜூலை	நாற்றுவிட்டு நடவும். நாற்றின் வயது 28-30 நாள்
2.	கத்தரி	,,	30-35 நாள்
3.	மிளகாய்	,,	40-45 நாள்
4.	வெண்டை	வருடம் முழுவதும்	விதைகளில் பார்களில் பக்கவாட்டில் ஊன்றவும்
5.	கொத்தவரை	,,	,,
6.	முள்ளங்கி	,,	,,
7.	அவரை	ஆடிப்பட்டம் தைப்பட்டம்	,,
8.	பீன்ஸ்	,,	,,
9.	காராமணி	,,	,,
10.	கீரைகள் (முளைக்கீரை, தண்டுக்கீரை, அரைக்கீரை, சிறுகீரை, பருப்புக்கீரை)	வருடம் முழுவதும்	ஒருபங்கு விதையுடன் 10 பங்கு மணல் கலந்து விதைக்கவும்
11.	பூசணி குடும்பங்கள் (பீர்க்கன், புடலை, பாகல் சுரை, பூசணி, பரங்கி, வெள்ளரி)	ஆடிப்பட்டம் தைப்பட்டம்	1½ அடி நீளம், அகலம், ஆழம் உள்ள குழிகளில் 5 விதைகளை உரமிட்டு மூடவும்.

விதை அளவு (100 சதுர அடி) அடிபரப்பு	இடைவெளி (செ.மீ) வரிசைக்கு வரிசை	செடிக்குச் செடி	மகசூல் (கிலோ) (100 சதுர அடி)	அறுவடை
5 கிராம்	75	60	10-12	நட்ட 3 வது மாதத்தில்
5 கிராம்	75	60	8-10	”
15 கிராம்	30	30	10-12	”
10 கிராம்	60	30	10-12	விதைத்த 2 வது மாதத்தில்
10 கிராம்	45	15	5-6	விதைத்த 3வது மாதத்தில்
5 கிராம்	45	15	10-12	விதைத்த 1½ மாதத்தில்
20 கிராம்	60	30	10-12	விதைத்த 2வது மாதத்தில்
40 கிராம்	60	15	6	விதைத்த 3½ மாதத்தில்
20 கிராம்	90	75	8-12	விதைத்த 2வது மாதத்தில்
2 கிராம்	-	-	10-15	வாரம் 2 முறை
	-	-	10	விதைத்த 3 வது மாதத்தில்.

வீட்டுக் காய்கறித் தோட்ட மாதிரி வரை படம்
10x10 அடி (100 சதுர அடி)

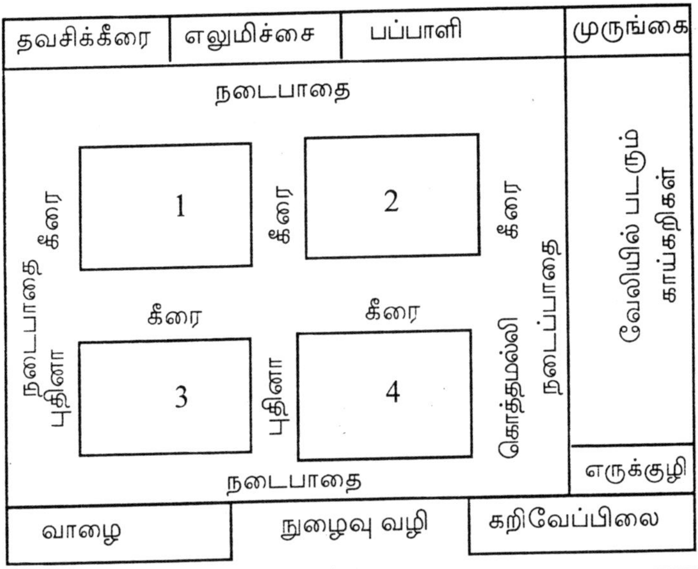

| தவசிக்கீரை | எலுமிச்சை | பப்பாளி | முருங்கை |

நடைபாதை

1 — கீரை
2 — கீரை
3 — புதினா
4 — புதினா

கீரை / கீரை
நடைப்பாதை / புதினா / கொத்தமல்லி நடைப்பாதை
லேவியில் படரும் காய்கறிகள்
எருக்குழி

நடைபாதை

| வாழை | நுழைவு வழி | கறிவேப்பிலை |

பருவம்   காய்கறிகள்   பருவம்   காய்கறிகள்

பாத்தி-1

ஜூன்-ஜூலை   கீரைகள்
ஆகஸ்ட்-நவம்பர்   வெண்டை
டிசம்பர்-பிப்ரவரி   முள்ளங்கி
மார்ச்-ஜூன்   கத்திரி

பாத்தி-3

ஜூன் செப்டம்பர்   வெங்காயம்
அக்டோபர்-ஜனவரி   மிளகாய்
பிப்ரவரி-மார்ச்   முள்ளங்கி

பாத்தி-2

ஜூன்-செப்டம்பர்   கொத்தவரை
அக்டோபர்   தக்காளி
ஏப்ரல்-மே   கீரைகள்

பாத்தி-4

ஜூன்-செப்டம்பர்   காராமணி
அக்டோபர்-ஜனவரி   கத்திரி
ஜனவரி-பிப்ரவரி   வெண்டை
பிப்ரவரி-மே   கொத்தவரை

மரம் நடுவோம், மழை பெறுவோம்!

விருட்ச சாஸ்திர பலன்கள்!

ஓர் அரசு ஆலும் வேம்பும்
ஒரு பத்து புளியும் மூன்று
சீருடன் விளவும் வில்வம்
மூன்றுடன் சிறந்த நெல்லி
பேர் பெறும் ஐந்து தென்னை
பெருகு மா ஐந்தும் ஒன்றும்
யார் பயிர் செய்தாரேனும்
அவர்க்கில்லை நரகம் தானே.

– இப்பாடல் 'கார்த்திகை புராண'த்தில் இருக்கிறது. ஒவ்வொருவரும் கார்த்திகை மாதத்தில் சுக்கில பட்சத்தில் ஒரு அரசு, ஒரு ஆல், ஒரு வேம்பு, மூன்று விளாமரம், மூன்று வில்வமரம், மூன்று நெல்லி மரம், பத்து புளிய மரம், ஐந்து மாமரம், ஐந்து தென்னை ஆகிய ஒன்பது புண்ணிய மரங்களையும் வைத்து வளர்த்தால் அவருக்கு நரகம் இல்லையாம். மரங்கள் தரும் பெரும் பயனை இப்பாடல் வைதீக முறையில் விளக்குகிறது.

மரங்கள் வைத்து 'வனமஹோத்ஸவம்' கொண்டாட வேண்டிய காலத்தையும் நமது முன்னோர்கள் குறித்திருக்கிறார்கள். 'வாலன்டைன்ஸ்டே' கொண்டாடுகிற நாம் வாழ்வாதார விழாவைப் புறக்கணித்து விட்டோமே!

3
தரமான விதைகளைத் தேர்ந்தெடுங்கள்

விவசாயத்தில் நல்ல மகசூலைப் பெற அடிப்படையாக அமைவது நல்ல விதைகள் தாம். 'உற்பத்தியைப் பெருக்க, பொறுக்கு விதைகளை உபயோகியுங்கள்' என்று விவசாயத்துறையிலேயே விளம்பரம் செய்கிறார்கள். காய்கறிப் பயிர்களுக்கும் இது பொருந்தும்.

'போட்ட விதை முளைக்கும்' என்பது உண்மையே. ஆனால், கேட்ட பலனைக் கொடுக்குமா என்றால், 'ஊகூம்' என்றுதான் தலை அசைக்க வேண்டி இருக்கும். 'பருவத்தில் பயிர் செய்' என்பார்கள். பருவம் எப்படி முக்கியமோ அப்படித்தான் தரமான விதையும். தரமற்ற விதைகள் முளைக்கும். ஓரளவு வளரவும் செய்யும். அறுவடையின்போதோ காலை வாரி விட்டுவிடும்.

தரமான விதைகள் எப்படி இருக்கும்? கேட்கத் தோன்றும் இல்லையா. திடமாகவும், பருமனாகவும், சீரான வடிவுடனும் இருக்கும். பருவம்,

விதை, மண் ஆகிய மூன்றும் ஒன்றுக்கொன்று தொடர்பு உடையவை. எந்த மண்ணுக்கு எந்த விதை ஏற்றது, விதைப்புக்கேற்ற பருவம் எது என்பதைக் கவனத்தில் கொண்டு காய்கறிச் செடிகளைப் பயிரிட வேண்டும்.

மேட்டுப்பாளையம் உருளை, சேலத்து மஞ்சள், ஈரோடு வெங்காயம், தஞ்சாவூர் வாழை, விருதுநகர் மிளகாய், பெங்களூர் தக்காளி என்று அடைமொழிச் சிறப்புடன் காய்கள் பிரசித்தமாகி இருப்பதை நீங்கள் அறிவீர்கள். மண்ணுடன் தாய்ச்செடிகள் அவ்விதம் பொருந்துகின்றன.

மிகச் சிறு வயதுள்ள செடிகளிலோ, வயதான செடிகளிலோ இருந்து சேகரிக்கப்படும் விதைகள் தரமானதாக இருக்காது. அவ்விதமே நன்கு பழுக்காத காயிலோ அல்லது ரொம்பவும் கனிந்து அழுகிய பழத்திலோ இருந்து விதைகளை சேகரிப்பது கூடாது. சிலர் காய் நிலையில் பறித்து கிடங்கில் பழுக்க வைப்பார்கள். அவ்வாறு பழுத்த வற்றின் விதைகள் கண்டிப்பாக தரமற்றவைதாம்.

விதை சேமிப்பதற்கு ஈரப்பதமான இடம் உகந்ததல்ல. அதிகக் காற்றோட்டம் விதையின் தரத்தைப் பாதிக்கும். பூச்சி அரித்த விதைகளைப் பயன்படுத்தக் கூடாது. விதைகளைப் பாலித்தீன் பைகளில் இட்டு பத்திரப்படுத்த வேண்டும். விதைகளுடன் சாம்பல் கலந்து வைக்கலாம்.

தாய்ச் செடி விரைவாகப் பூத்துக் காய்க்கிறதா என்பதைக் கண்டறிந்து, அதில் இருந்து விதைகளைத் தயார் செய்துகொள்ள வேண்டும். காய்கறிச் செடிகள் ஆண்டுக்கு மூன்று பட்டங்களில் பலன் தரும். முதல் பருவத்தில் நல்ல காய்ப்புள்ள செடிகள் எவை என்பதைத் தேர்வு செய்து, அந்தச் செடிகளின் நடுப்பட்டக் காய்களில் இருந்து விதைகளை சேகரிக்க வேண்டும்.

கிராமப்புறங்களில் உள்ள மக்கள் கீரை, வெண்டை, கத்தரி, மிளகாய் போன்றவற்றின் விதைகளை தங்கள் தோட்டத்துக் காய்களில் இருந்தே சேர்த்து வைப்பார்கள். நீங்களும் அந்தப் பழக்கத்தை கைக்கொள்ளலாம். அன்றியும், தரமான விதைகளை அரசு அல்லது தனியார் விதைப் பண்ணைகளில் இருந்தும் பெறலாம்.

நீங்கள் வெண்டை, அவரை ஆகியவற்றின் காய்களை செடி, கொடிகளிலேயே நன்கு முதிர்ந்து நெற்று ஆகும்வரை விட்டுவைத்து விதைகளை சேகரிக்கலாம். நெற்றுகள் தாமே வெடித்து சிதறும் முன்பு, பக்குவ நிலையில் பறித்து வைக்க வேண்டும்.

கத்தரி, தக்காளி போன்றவை செடியிலேயே நன்கு பழுத்த பிறகுதான், அதில் இருந்து விதைகளை எடுக்க வேண்டும். பழ விதைகளை சேகரிக்கும்போது அதில் பழத்தின் சதைப்பற்று இருக்கக் கூடாது. சதைப் பிடிப்பு இருந்தால்

எறும்புகளும், பூச்சிகளும் விதைகளை அரித்து விடும். பழத்தில் இருந்து பிரித்தெடுத்த விதைகளை நீர்விட்டுக் கழுவி, உலர்த்திய பின் சேமிக்க வேண்டும்.

பீர்க்கு, சுரை, முருங்கை போன்றவற்றின் காய்களை மரத்திலேயே உலரவிட்டு அப்படியே எடுத்து வைக்க வேண்டும். புடல், பாகல், பறங்கி முதலியவற்றை கொடியிலேயே பழுக்கவிட்டு பின்னர் பறித்து விதைகளைப் பிரித்தெடுக்க வேண்டும்.

விதைப்பு

'ஆடிப்பட்டம் தேடி விதை' என்பது பெரியோர் வாக்கு, ஏன், அதற்கு முன் விதைக்கக் கூடாதா என்று சிலருக்குக் கேள்வி எழலாம்.

நமது முன்னோர்கள் எதையும் காரணம் இல்லாமல் சொல்வதில்லை, செய்வதில்லை. கோடைக் காலத்தில் (பங்குனி, சித்திரை, வைகாசி) எவ்வளவு நீர் பாய்ச்சினாலும், விதையின் முளைகள் செழித்து வளராமல், சூட்டில் கருகிவிடும். அதேபோன்று, ஆவணிக்குப் பிற்பாடு விதைக்கிற விதைகள், இளஞ்செடியாகிற கட்டத்தில் மழையில் (ஐப்பசி, கார்த்திகை) மாட்டிக் கொண்டுவிடும். அதனால் நாற்றுகள் அறுந்தும், அழுகியும் சேதப்படும்.

ஆடிப்பட்ட விதைகள் அடை மழை பிடிப்பதற்குள் முளைத்து, வளர்ந்து இளஞ் செடிக் கட்டத்தை தாண்டிவிடும். மழைக்கான எதிர்ப்பு சக்தியை பெற்றுவிட்டிருக்கும்!

கத்திரி, வெண்டை போன்றவற்றில் இருந்து ஆண்டு முழுதும் பலன் காணலாம். அதற்கான விதைப்புப் பட்டங்கள் ஆடி - ஆவணி, தை - மாசி. கீரை வகைகளையும் இந்தப் பட்டங்களில் தெளித்துப் பலன் காண முடியும்.

நல்ல மழை பெய்து, பூமி ஈரமாக இருக்கும் போது, விதைகளை விதைக்கக் கூடாது. ஈரத்தைப் போலவே வெப்பமும் செடியின் வளர்ச்சிக்கு அவசியம். மழைக்குப் பின் போதுமான வெப்பம் இருக்காது. முளைப்புக் கட்டத்திலேயே செடிகள் அழுகிவிடும். விதை முளைத்தவுடன் மழை பெய்தாலும் கெடுதல்தான்.

விதைப்பு பல வகை. கீரை விதைகளைத் தெளிக்கிறோம். வெண்டை, முள்ளங்கி போன்றவற்றின் விதைகளை ஊன்றுகிறோம். தக்காளி, கத்தரி ரகங்களை நாற்று விட்டு, பின்னர் அவற்றைப் பிடுங்கி வேறு இடத்தில் நடுகிறோம்.

கீரை விதைகளைப் பாத்தி கட்டி தெளிக்க வேண்டும். பாத்திகளில் ஈரம் காக்க வைக்கோல் போன்றவற்றால் இலேசாக மூடி வைப்பது நல்லது.

கத்தரிப் பாத்தி

அமைக்கும் முறைகள்

விதைகள் நன்றாக முளைத்து வந்ததும் வைக்கோலை அகற்றி விடலாம். பாத்தியில் வைக்கோல் இருக்கும்போதே அதன் மீது தண்ணீர் தெளிக்கலாம்.

வெண்டை, முள்ளங்கி போன்றவற்றின் விதைகளைப் பாத்திகளில், 1-1½ அடி இடைவெளி யில், குழிபோட்டு ஊன்றுதல் வேண்டும். நேரடியாகத் தரையில் ஊன்றாமல், பாத்திகளில் சிறு சிறு வரப்புகள் அமைத்து, அவ்வரப்புகளில் குழி எடுத்து ஊன்ற வேண்டும்.

கத்தரி, மிளகாய், தக்காளி போன்றவற்றை பாத்திகளில் விதைத்து, நாற்றுப் பிடுங்கி மற்ற பாத்திகளில் நடவேண்டும். நாற்று பறிக்கும்போது செடியின் உயரம் 6 அங்குலமாக இருக்க வேண்டும். செடிக்குச் செடி 1-1½ அடி இடைவெளி விடவும்.

புடல், பாகல், அவரை, பறங்கி, பீர்க்கு போன்றவை கொடி வகையைச் சேர்ந்தவை. அவற்றை 'பயிர்க்குழி' என்ற குழிகள் தயார் செய்து விதைக்க வேண்டும். ஒரு குழிக்கு 3-5 விதைகள் ஊன்றலாம்.

விதைகளை அதிக ஆழத்தில் ஊன்றக் கூடாது. (அங்குல ஆழம் இருக்க வேண்டும்). விதையின் மீது ஓரங்குல கனத்திற்கு மண் போட்டு மூடி வைக்கவும்.

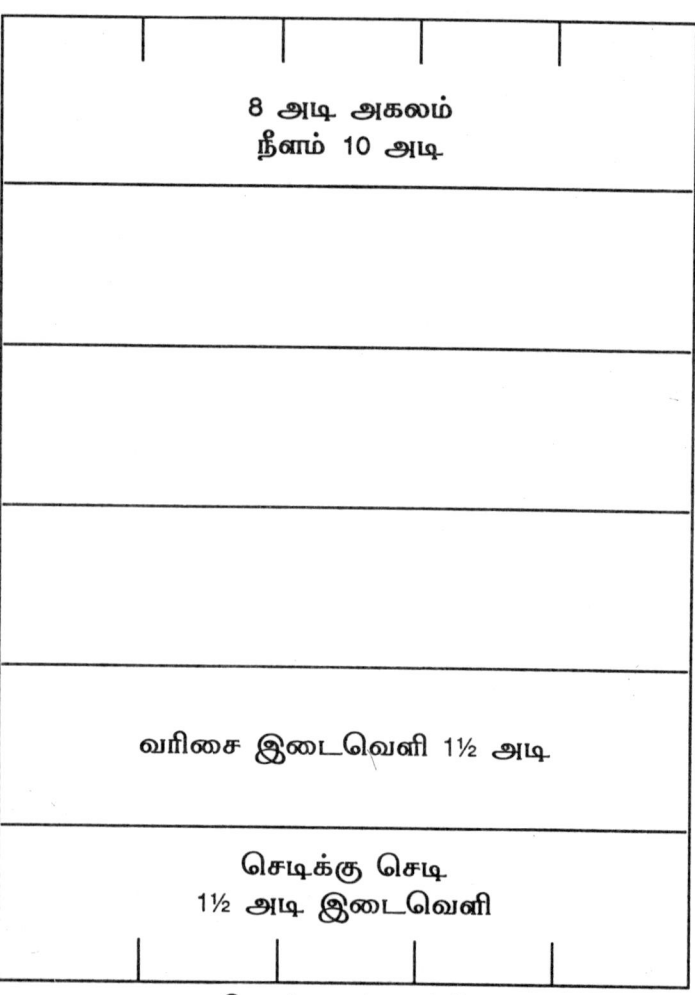

வெண்டைப் பாத்தி

அமைக்கும் முறைகள்

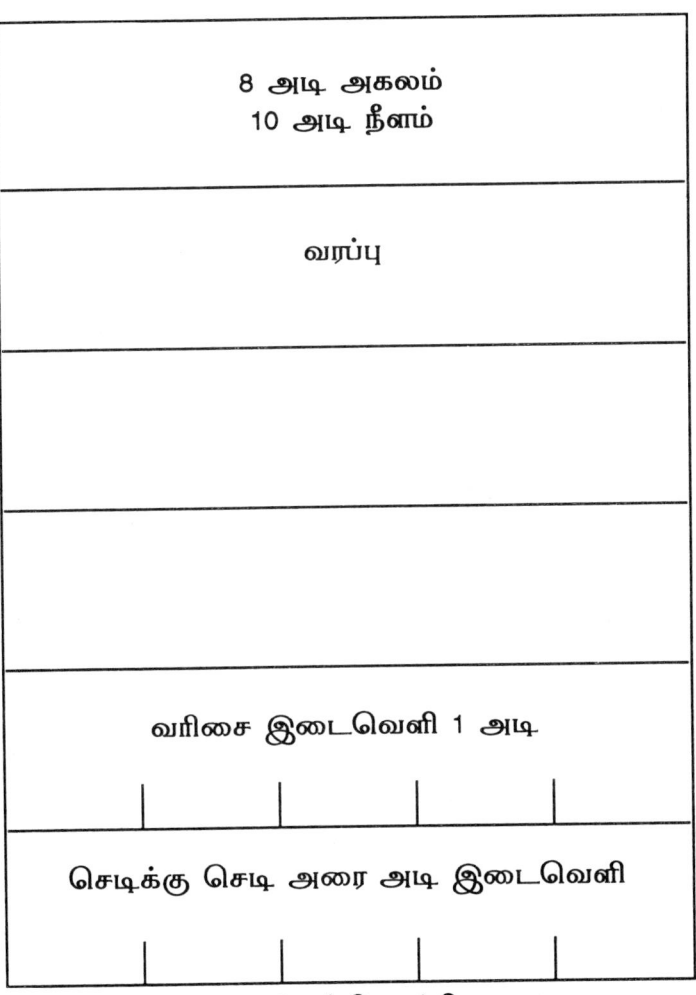

முள்ளங்கி பாத்தி

கீரை விதைகள் நுண்ணியவை. அவற்றை சன்னமான மணலுடன் கலந்து விதைக்க வேண்டும். அப்போதுதான், விதைகள் பாத்திகளில் ஒரே சீராக விழும்.

செடிகள் நன்றாக முளைத்து வளரும்வரை, பிரத்யேகக் கவனம் தேவை.

பாத்தி அமைக்கும் முறை

சாகுபடி நிலத்தின் நீள, அகலங்களைக் கணக்கிட்டுக் கொண்டும், செடிகளின் ரகங்களுக் கேற்பவும் பாத்தி பிடிக்க வேண்டும். பாத்திகள் சுற்றுப்புறத்தைவிட மேடாக இருக்க வேண்டும். பெரிய அளவிலான பாத்திகளின் இடையே சென்றுவர வரப்பு அமைக்கலாம்.

நிலத்தை நன்கு கொத்தி (உழுது) பிறகே பாத்தி கட்டவேண்டும். கல், கட்டிகளை அப்புறப்படுத் திய பின், மண்ணை சமப்படுத்த வேண்டும். பாத்திகளில் மேடு பள்ளம் இருக்கக் கூடாது. பாத்திகள் ஒரே சீராக கரி இருப்பது நல்லது. பாத்தி யின் ஒரு முனையில் ஊற்றும் தண்ணீர் மறுமுனை வரைக்கும் செல்லும்படி இருக்க வேண்டும்.

பாத்திகளில் சிறு வரப்புகள் பிடித்து (குறைந்தது 6 அங்குல உயரம்) அதில் குழியிட்டு விதைகளை ஊன்ற வேண்டும்.

4
நாற்றுக்களை எப்படி நடவு செய்வது?

ஓரிடத்தில் நாற்றைத் தயார் செய்து, அதைப் பறித்து வேறொரு இடத்தில் ஏன் நடவேண்டும்? நெருக்கமாக வளரும் செடிகளை, போதிய இடைவெளி விட்டு நடுவதால் அவை பூமியில் இருந்து தண்ணீரையும், இயற்கைச் சத்துக்களையும் தேவையான அளவு பெற முடியும். அத்துடன் ரசாயன உரங்களை சமமாகப் பிரித்து இடவும் வசதியாக இருக்கும். எல்லாவற்றுக்கும் மேலாக, செடிகள் போதிய அளவு சூரிய வெளிச்சத்தையும், காற்றோட்டத்தையும் பெற்று நன்கு வளர முடியும்.

'நாற்று' என்பது விதைத்த பாத்தியில் முளைத்த பயிர். அவற்றை வேறு இடத்திற்கு மாற்றி நட்டு வைத்தபின், செடி அதே இடத்தில் தளிர்விட்டு செடியாகும்.

நாற்று நடுதல் முறையில் செடிகள் அதிகம் வேர்விடும். செடிகளுக்கிடையே இடைவெளி இருப்பதால் அவை இடையூறின்றி வளர முடிகிறது. நாமும் அந்த இடைவெளிகளில் நடந்து, செடிகளின் மீது தனிக்கவனம் செலுத்த முடியும்.

தற்போது, ஆரோக்கியமான செடிகளை எந்தப் பருவத்திலும் நடவு செய்கிற நிலை ஏற்பட்டுள்

ளது. நீர் விநியோகம், உர, பூச்சி மருந்து வசதிகள் இதனை சாத்தியமாக்கி விட்டது. எனினும், ஆனி, ஆடி மாதங்களில் நடுவதே சிறப்பு.

பொதுவாக மெல்லிய தண்டு உடைய தாவரங் களைத்தான் நாற்று நடுகிற முறையில் பயன்படுத்துவது. தாவரங்களை, அவை அதிகம் வளராத நிலையிலேயே நடவேண்டும். வயதேறிய செடிகள் நடவுக்கு ஏற்றதல்ல.

மண்ணின் வளமும், ஈர நைப்பும் கருத்தில் கொள்ளப்பட வேண்டியவை.

செடியின் வேர்கள் நன்றாக மண்ணுக்குள் அடங்கும் விதத்தில் ஊன்ற வேண்டும். நாற்றங் காலில் பறிக்கும்போதோ, நடவுப் பாத்தியில் ஊன்றும்போதே செடியின் வேர்கள் அறுந்து விடாமல் பக்குவமாகக் கொள்ள வேண்டும்.

நட்டபின் சுற்றிலும் மண் அணைத்து தண்ணீர் தெளித்து விடவேண்டும்.

சில செடிகளுக்கு அவை வெயிலில் வாடி விடாதபடி மறைப்பு கட்டிவைக்கும்படி இருக்கும்.

நடவு செய்த பாத்திகளில் தண்ணீர் தேங்கி நிற்கக் கூடாது. அதனால் வேர்கள் அழுகிவிடும். வேர்கள் அழுகிவிட்டால் செடியோ, கொடியோ வளர்ச்சி யற்றுப் போகும்.

நடப்பட்ட செடிகளுக்கு அதிக வெய்யில், அடைமழை, கடும்பனி பகையாகும். இவற்றி

னின்றும் செடிகளைக் காப்பது அவசியம். அவை 'இளஞ்செடி'கள் என்பதை மறந்துவிடாதீர்கள்.

நாற்றங்காலுக்கு முன்கூட்டியே நீர்பாய்ச்சி வைத்தால், வேர் அறாமல் நாற்று பறிப்பது சுலபம். அதேமாதிரி, நடவு செய்கிற நிலப்பரப்பிலும் நீர்பாய்ச்சி நடவேண்டும்.

விதை முளைத்த 15-20 நாட்களில் நாற்றைப் பறிக்கலாம்.

நடவு செய்கிற மண் நன்கு கொத்தி விடப்பட்டிருக்க வேண்டும். 1-1½ அடி இடை வெளியில் சிறுசிறு வரப்புகளை (சுமார் ஆறு அங்குல உயரம்) அமைத்துக்கொள்ள வேண்டும்.

நாற்றின் செழுமைக்கேற்ப ஒன்று அல்லது இரண்டாக ஊன்றலாம். செடிக்குச் செடி, வரப்புக்கு வரப்பு மேலே கூறப்பட்ட இடைவெளி இருக்கும் படி பார்த்துக் கொள்ளுங்கள்.

நடும்போது கன்றின் வேர்களை வளைக்காது, சுருட்டாது இயல்பு நிலையிலேயே நடவேண்டும். கன்றை சற்று அழுந்த ஊன்றுவது நல்லது.

கொத்தவரை போன்ற செடிகளை உயரமாக வளர விடவேண்டும். தக்காளி போன்றவற்றை அதிக உயரம் வளர விடக்கூடாது. வளர்ந்த செடிகள் கீழே சாய்ந்துவிடாதபடி பக்கத்தில் கொம்பு நட்டு பிணைக்கலாம்.

5
நீர்ப் பராமரிப்பு

'நீரின்றி அமையாது உலகு' என்பது செடிகளுக்கும் பொருந்தும். நீர்தான் செடிகளுக்குத் தேவையான எருக் கரைசலை உண்டுபண்ணுகிறது.

மண் கெட்டியாக இருந்தால், நீர் மேலோட்டமாகவே வழிந்துவிடும். மண்ணுக்குள் இறங்குவதில்லை. இளக்கமான மண்தான் நீரை எளிதாக உறிஞ்சும். மண்ணை அடிக்கடி கொத்திவிட்டால் அது எப்போதும் இளக்கத் தன்மையோடு இருக்கும்.

நாம் பாய்ச்சுகிற நீர் மண்ணினால் உறிஞ்சப்படுகிற அளவில் இருக்க வேண்டும். பாத்திகளில் நீர் தேங்கக் கூடாது. தேங்குகிற நீரில் செடிகள் அழுகிப் போகிற அபாயம் உண்டு. பாத்திகளை வடிகால் வசதியுடன் அமைத்துவிட்டால் பிரச்சினையே இல்லை. நீர் தேங்குவது எவ்விதத்திலும் நன்மை தராது. மண்ணினூடே வேர்களுக்குச் செல்ல வேண்டிய காற்று தடைபடும். அதனால்தான் வேர்கள் அழுகுகிற நிலை ஏற்படுவது. அத்துடன், தேங்குகிற நீர் சூரிய வெப்பத்தில் சூடாகி செடியின் தண்டு, இலைப் பகுதிகளுக்கு பாதிப்பை ஏற்படுத்தும்.

அமைக்கும் முறைகள்

கோடை காலத்தில் அடிக்கடி (இரண்டு நாளைக்கு ஒருமுறை) தண்ணீர் பாய்ச்சலாம். குளிர்காலத்தில் மண்ணின் ஈரப்பதம் நீண்டநாள் நிலைக்கும் என்பதால் சீரான அளவில் (வாரம் இருமுறை) பாய்ச்ச வேண்டும். உரம் இடும்போது தண்ணீர் கட்டக்கூடாது. உரத்தின் பயன் முழுமையாக செடிகளுக்குச் சென்றடையாது. சூரிய வெப்பத்தில் நீர் ஆவியாகிறபோது உரச்சத்தும் விரயமாகி விடும்.

உரம் வைத்த பிறகு, நீர் பாய்ச்சி, மண்ணைக் கொத்திவிட்டால் சேதாரத்தைத் தடுக்க முடியும்.

விதைகளை விதைத்த உடனே அதிக அளவு நீர் பாய்ச்சக் கூடாது. அதே மாதிரி நாற்று பாவிய சில நாட்களும் அதிக நீர் காட்டக் கூடாது. இளம் பயிர்கள் நீர் தேக்கினால் அழுகிவிடும்.

எப்போதும் காலை அல்லது மாலையில்தான் செடிகளுக்கு நீர் பாய்ச்ச வேண்டும். வெய்யில் நேரத்தில் தண்ணீர் விடக் கூடாது!

காய்கறிச் செடிகளுக்கு துணி துவைத்த சோப்பு நீரையோ, சாக்கடை நீரையோ ஊற்றக் கூடாது. நல்ல நீர்தான் பாய்ச்ச வேண்டும்.

தொட்டிச் செடிகளுக்கும், கீரைப் பாத்திக்கும் பிடுங்கி நடப்பட்ட இளங்கன்றுகளுக்கும் நேரடி யாக தண்ணீர் பாய்ச்சக் கூடாது. பூவாளி கொண்டு தெளிக்க வேண்டும்.

செடி, கொடிகளின் உடம்புப் பகுதி நீர்த்துவம் (Stem) உள்ளதாக இருக்கும். நீங்கள் செடியின் இலை அல்லது தண்டு பகுதியை உடைத்துப் பார்த்து தெரிந்துகொள்ளலாம். செடிகள், மண்ணில் உள்ள உயிர்ச்சத்துக்களை உறிஞ்சவோ, நாம் இடுகிற உரச்சத்துக்களை கிரகித்துக் கொள்ளவோ நீர் அவசியம்.

செடியின் வேரிலுள்ள மண் எப்போதும் ஈரம் உடையதாக இருக்க வேண்டும். ஆனால் ஈரம் அதிகமாகக் கூடாது. நீர் பாய்ச்சியதும் மேல் மண் நனைந்துவிட்டதால் போதும் என்று நிறுத்திவிடக் கூடாது. அடி மண்ணும் நன்றாக ஊறி, ஈரம் வேர் வரை செல்லும்படி நீர் பாய்ச்ச வேண்டும். தண்ணீர் எத்தனைக்கு கீழ் மண்ணால் உறிஞ்சப்படுகிறதோ, அத்தனைக்கு வேர்கள் கீழ்நோக்கி இறங்கும். செடிகள் வலுவாக ஊன்றி நிற்கும்.

செடிகளின் வளர்ச்சிக்கேற்ப தண்ணீரைக் கூட்டவோ, குறைக்கவோ செய்யலாம்.

பொதுவாக மண்ணின் தன்மைக்கேற்பவும், பருவநிலைக்கு ஏற்பவும் தண்ணீர் பாய்ச்சும் நாட்களை தீர்மானிக்க வேண்டும். களிமண் பாங்கு நிலத்திற்கு அடிக்கடி நீர் பாய்ச்ச வேண்டி இருக்காது. களிமண் ஈரங் காக்கும் தன்மை உள்ளது. மணற்பாங்கான நிலத்தில் காற்றோட்டம் அதிகம் என்பதால் தண்ணீர் சீக்கிரமே உலர்ந்துவிடும். இத்தகைய நிலத்தில் பயிர் செய்கிறவர் அடிக்கடி தண்ணீர் பாய்ச்ச வேண்டி இருக்கும்.

அமைக்கும் முறைகள்

இளம்பயிருக்கு மிகக் குறைவான அளவில்தான் தண்ணீர் காட்ட வேண்டும். செடி வேர் பிடித்து, செழுமையாக வளர்ந்த பின் தண்ணீர் அளவைக் கூட்டிக் கொள்ளலாம்.

எப்போதும் ஒருமுறை பாய்ச்சின நீர் வற்றி, பூமி காய்ந்த பிறகுதான் மறுமுறை நீர் பாய்ச்ச வேண்டும். செடி காய்க்கிற கட்டத்தில் அதிக நீர் வேண்டாம். மண்ணை சிறிது உலரவிட்டு பாய்ச்சுவதே நல்லது.

நீங்கள் தண்ணீரை பாய்ச்சலாம், ஊற்றலாம், தெளிக்கலாம். அது செடிகளுக்குத் தக்கபடி. ஆனால், பாத்திகளில் நீர் தேங்கி சேறாகக் கூடாது. அதே மாதிரி ஒரேயடியாகக் காய்ந்து வெடிக்கிற நிலையும் கூடாது.

தங்கள் வீட்டில் கிடைக்கிற தண்ணீரைப் பொறுத்து (குழாய்க் கிணறு வசதி இருப்பின்) நீரைப் பாய்ச்சலாம். கிணற்றில் இருந்து வாளியால் மொண்டும் ஊற்றலாம். தெளிப்பது கீரைப் பாத்திகளுக்கு மட்டுந்தான்.

உங்கள் வீட்டு தண்ணீர் சப்ளையைப் பொறுத்து பாத்திகளின் அளவை அதிகப்படுத்துங்கள், அல்லது குறைத்துக் கொள்ளுங்கள்.

6
களை எடுப்பு

'வயலுக்குக் கேடு களை, மனித இனத்துக்குக் கேடு - பகை' என்பார்கள். முற்றிலும் சரி.

களை, செடியின் வளர்ச்சிக்கு முதல் எதிரி. களையின் ஆதிக்கத்தில் செடிகள் வலுவிழக்கும். ஓங்கி வளர முடிவதில்லை. களை காரணமாக பூச்சிகள், நோய்த் தொற்றுகள் ஏற்படுகிற அபாயமும் உண்டு.

காய்கறிச் செடிகளுக்குச் சேர வேண்டிய உரச்சத்துக்களை களைகள் அபகரித்துக் கொண்டு அசுர வளர்ச்சியைப் பெற்றுவிடும். அதனால் செடியில் இருந்து நமக்குக் கிடைக்க வேண்டிய மகசூல் பாதிக்கப்படும்.

செடி பயிரிடும் நிலத்தை நாம் நன்கு கொத்துகிறோம். களைகளை அகற்றுகிறோம். எனினும், சில நாட்களிலேயே மீண்டும் களைகள் முளைப்பதைக் கண்டு திகைக்கும்படி ஆகிறது. அதற்குக் காரணம்? முன்பு இருந்த களைச் செடிகளின் விதைகள் மண்ணில் சிதறிக் கிடப்பதுதான். அவை ஒவ்வொரு கட்டத்திலும்

தலைகாட்டும். பிரச்சினையை உண்டுபண்ணும். சில வகைக் கோரையின் கிழங்குகள் பூமிக்குள் இருந்து மெதுவாக முளைத்து மேலே வரும்.

எருக்குழிகளில் இருந்தும் களை வந்து சேரும். காற்றின் வழியாகப் பரவவும் செய்யும்.

புழு பூச்சிகளாலும், பறவைகளாலும் களையின் விதைகள் பரவ வாய்ப்பு உண்டு.

அவ்வப்போது நிலத்தைக் கொத்தி விடுவதால் களைகள் அதிகம் தலை எடுக்க வொட்டாமல் தடுக்கலாம்.

செடிகளிடையே நாம் விடுகிற இடைவெளி களில் களைகள் இடம்பிடித்துக் கொள்ளும்.

'களை' என்றாலே 'அகற்று' அல்லது 'நீக்கு' என்றுதான் அர்த்தம். வேண்டாத புல் பூண்டுகளை எடுத்துவிட வேண்டும். களைகளைக் கொத்தி அழிப்பதைவிட கைகளால் பிடுங்கி எறிவதுதான் நல்ல முறை. கொத்துகிறபோது களைகளின் வேர்கள் பூமியிலேயே இற்றுவிட வாய்ப்பு உண்டு. கைகளால் பிடுங்குகிறபோது, பதமாக வேரோடு இழுத்து எடுக்க வேண்டும். அறுத்தெறிவதால் பயனில்லை.

இன்னொன்றையும் நீங்கள் நினைவில் கொள்வது அவசியம். ஒவ்வொரு பாத்தியிலும் ஒரு குறிப்பிட்ட வகை செடியை மட்டுமே பயிரிட வேண்டும்.

களைச் செடிகளை பூக்கிற கட்டம்வரை வளர விடக்கூடாது. அவை பூத்துக் காய்த்து விதைகள் பூமியில் விழுவது உங்கள் கவனத்திற்கு வராமலேயே போய்விடும்.

களைகளிலேயே அருகம்புல்லை அகற்றுவது தான் உங்களுக்கு சிரமமான காரியமாக இருக்கும். அருகம்புல் படரும் தன்மையது. ஆங்காங்கே அடர்த்தியாக வேர்விடும். தரைக்கு மேல் பார்ப்பதற்கு சிறியதாக இருந்தாலும் அதன் வேர்கள் பூமியில் அதிக ஆழத்திற்கு இறங்கிவிட்டிருக்கும். அருகம்புல்லை முற்றாக அழிப்பதென்பது பிரும்ம பிரயத்தனந்தான்.

கோரைகளின் அடியில் கிழங்கு இருக்கும். கோரைக் கிழங்குகளை அகற்றிவிட வேண்டும்.

பாத்திகளுக்கிடையே ஊடு பயிர் செய்வதன் மூலம் களைகளை கட்டுப்படுத்தலாம். பயிரிடப் படாத நிலத்தை அப்படியே விட்டு வைக்காமல் கோடையில் கொத்திப் போடுவது நல்லது. காய்கறி விதைகளை விதைப்பதற்கு முன் அதில் களை விதைகள் கலந்திருந்தால் பிரித்து எடுத்துவிடுவது சிறப்பு. கடைகளில் விற்கும் இரசாயனக் களைக் கொல்லி மருந்துகளை முறையாகப் பயன்படுத்தா விட்டால், எதிர் விளைவுகளை ஏற்படுத்தும்.

களைகளை நேரடி முயற்சியில் நீக்குவதே பாதுகாப்பு.

7
உரம் இடுதல்

உங்களுக்கே தெரியும், ஊட்டச்சத்து இல்லாத குழந்தை நல்ல வளர்ச்சியைப் பெற முடியாது என்பது.

செடிகளின் வளர்ச்சிக்கும் உரம் அவசியம்.

உரச்சத்துக்களைக் கொண்டுதான் செடிகள் அதிக மகசூலைக் கொடுக்க முடியும்.

தொழு உரம், தழை உரம், இரசாயன உரம் என்று உரத்தை வகைப்படுத்தலாம்.

உரத்தின் வகைகள்

பயிர்களுக்குத் தேவையான அனைத்து சத்துக்களுமே மண்ணில் இருந்துவிடாது. பயிர்களின் சத்துத் தேவையை நிறைவு செய்வது உரங்கள்தாம்.

மாட்டுத் தொழுவத்தில் விழுகிற சாணம், மாடுகளின் சிறுநீர், அவை தின்று கழித்த புற்கள் ஆகியவற்றை ஒரு குழியில் சேகரித்து வைக்கலாம். கொஞ்ச நாளில் (1 ஆண்டு) அதுவே நல்ல உரமாகிவிடும்.

ஆடு, கோழிகளின் கழிவுகளையும் உரமாகப் பயன்படுத்தலாம்.

கால்நடை வளர்ப்பு இல்லாதவர்கள், தோட்டத்தில் உள்ள மரங்களில் இருந்து, தழைகளை வெட்டிக் கழித்து குழியில் சேமிக்கலாம். தழைகள் மீது மண்ணைப் போட்டு மூடி வைத்தால் சத்துக்கள் வீணாகாது. மண்ணுக்குள் வெப்பத்தால் புழுக்கம் ஏற்பட்டும், மழைநீர் இறங்கியும் குழியிலுள்ள தழைகள் மக்கிப் போகும். இப்படி உரம் தயாரிப்பதற்கு 'கம்போஸ்ட்' முறை என்று பெயர். இக்குழியில் வீட்டில் எஞ்சுகிற காகிதம், சாம்பல் போன்றவற்றையும் போட்டு மக்க விடலாம்.

மேற்கூறிய இரண்டுமே இயற்கை உரத் தயாரிப்புகளாகும்.

இரசாயன உரங்கள் குறிப்பிட்ட சதவீதத்தில் தேவையான சத்துக்களைக் கொண்டிருக்கும். அவை 'நைட்ரஜன்' என்கிற தழைச்சத்தையும், 'பாஸ்பேட்' என்கிற மணிச்சத்தையும், 'பொட்டாஷ்' என்கிற சாம்பல் சத்தையும் அடிப்படையாகக் கொண்டிருக்கும். இவற்றை ஒருசேரக் கொண்ட உரம் 'காம்ப்ளக்ஸ்' எனப்படும். மேல் உரமாக இடக்கூடிய கலவை 'மிக்ஸர்' எனப்படும். பெரும்பாலும் இது தழைச்சத்து, சாம்பல் சத்துக் கலவையாகவே இருக்கும். தழைச்சத்து மட்டுமே வெவ்வேறு விகிதத்தில்

யூரியா, அம்மோனியா என்று கிடைக்கும். தழைச்சத்துடன் மணிச்சத்து கலந்தது டை-அம்மோனியம் பாஸ்பேட். இவை நுண்ணூட்டச் சத்து கொண்ட உரங்கள், துத்தநாகசல்பேட், ஜிப்சம் எனப் பலவகையான உரங்களும் கடைகளில் கிடைக்கும்.

'நைட்ரேட்' உரங்கள் செடிகளின் பச்சையத்தை மேம்படுத்தும். தழைச்சத்துதான் செடி வளர்ச்சிக்கு உதவி புரிவது. சாம்பல், மணிச் சத்துக்களை செடிகள் கிரகிப்பதற்கான சக்தியை 'நைட்ரேட்' தான் வழங்குகிறது.

நைட்ரேட் சத்து குறைந்தால் செடியின் தழைகள் பச்சை நிறம் இழக்கும். பழுப்பாக மாறும். நைட்ரேட் கூடினால் செடி அதிகம் தழைத்துவிடும். தழை மதர்த்து விட்டால் செடிகளின் காய்ப்புத் திறனும் குன்றும். மகசூல் குறையும்.

'பாஸ்பரஸ்' என்பது எலும்புச்சத்து. காய்கள் நிறைய உற்பத்தியாக இச்சத்து உதவும். வேர்களுக்கு வலுவூட்டவும் பாஸ்பரஸ் சத்து அவசியம்.

பொட்டாசியம் என்பது சாம்பல் சத்து. திடமான காய்களை உற்பத்தி செய்ய இது தேவைதான். பூஞ்சண நோய்கள் வராமல் காக்கும்.

செடிகளின் இடையே களை இருக்கும்போது உரமிடக் கூடாது. களைகளை அகற்றிக் கொத்திய

பிறகே உரமிட வேண்டும். உரமிட்டவுடன் செடிகளைச் சுற்றி மண் அணைப்பது நல்லது. உரமிட்ட அன்றே நீர் பாய்ச்சக் கூடாது. உரமிடும்போது நீர் தேங்கி இருப்பின் உரச்சத்து சேதமாகிவிடும். பாத்திகளில் உரமிட்ட ஓரிரு நாள் கழித்துதான் நீர் விடவேண்டும்.

எப்படி, எப்போது உரமிடுவது?

தொழு உரத்தை, மண்ணைக் கொத்தின கையோடு நிலப்பரப்பில் சமமாக வீசிக் கலக்க வேண்டும். அதன் பிறகு சில நாள் கழித்தே செடிகளை அந்த நிலத்தில் நடவேண்டும்.

பசுந்தழைகளை வெட்டி அப்படியே உரமாக்க முடியாது. 'கம்போஸ்ட்' குழியில் மக்கிய பிறகே பயன்படுத்தலாம். தழை நன்கு மக்காத பட்சத்தில் நோய்களுக்குக் காரணமாகிவிடும்.

இரசாயன உரங்களை எல்லாச் செடிகளுக்கும் ஒரே அளவில் பயன்படுத்த முடியாது. மண்ணின் தரம், பயிர் வகை பொறுத்தே உரச் சிபாரிசு செய்யப்படும். உரச் சிபாரிசைவிட கூடுதலாக இடப்படுகிற உரம் எதிர்விளைவுகளையே தரும்.

கீரை, முட்டைகோஸ் முதலியவற்றிற்கு அவை பாதியளவு வளர்ந்து தழைத்த பின்னர் எரு இடுதல் வேண்டும்.

முள்ளங்கி, காரட்டிற்கு அவை கிழங்குவிடும் தருணத்தில் உரமிடுதல் வேண்டும்.

அவரை, புடலை கொடிகளுக்கு பூக்கும் பருவத்தில் உரமிடல் வேண்டும்.

கத்தரி, வெண்டை செடிகளுக்கு அவை பாதி வளர்ச்சியை அடைந்த நிலையிலும், பூக்கிற காலத்திலும், களை கொத்தும் போதும் உரமிடலாம்.

தழைச் சத்தான நைட்ரஜனை (யூரியா, அம்மோனியா) செடிகளின் ஆரம்ப வளர்ச்சியின் போதே இட்டுவிடுவது நல்லது. தழைச்சத்து போட்ட ஒரு மாதத்திலேயே குறிப்பிடத்தக்க வளர்ச்சியை ஏற்படுத்தும். செடிகளும், கொடிகளும் பூக்கும் தருணத்தில் நைட்ரஜன் உரத்தை இடக் கூடாது. முட்டைக்கோஸ் உற்பத்தியை மேம்படுத்தும்.

சாம்பல் சத்தான பொட்டாசியத்தை, காரட் போன்ற கிழங்குப் பயிர்களுக்குப் பயன்படுத்துங்கள். விதைகளை விதைப்பதற்கு முன்பாகவும், நாற்றுகளைப் பிடுங்கி நடுவதற்கு முன்பாகவும் இடலாம். பொட்டாசியம், செடிகளின் வேர்களை வலுவடையச் செய்யும்.

மணிச்சத்தான பாஸ்பரஸை கத்தரி, தக்காளி, மிளகாய் செடிகளுக்கு இடுவதால் நல்ல மகசூல் கிடைக்கும். காய்கறிச் செடிகள் பூ வைப்பதற்கு ஒரு இரண்டு வாரம் முன்பாக தோட்டத்தைக் கொத்தி பாஸ்பரஸைத் தூவலாம். வெண்டை, அவரை,

பட்டாணி வகைச் செடிகளுக்கு இந்த உரம் நல்ல உற்பத்தித் திறனை வழங்கும்.

இரசாயன உரங்களை பகுதி பகுதியாகப் பிரித்துதான் செடிகளுக்கு இடவேண்டும். அதிக உரம் போட்டால் அதிக விளைச்சலைப் பெற முடியும் என்பது தவறான கருத்து.

பொதுவாக செயற்கை (இரசாயன) உரங்களை விட இயற்கை உரமே சிறந்தது. தொடர்ந்து சில ஆண்டுகளுக்கு இரசாயன உரங்களையே போட்டு வந்தால் நிலம் தன்னுடைய சத்துக்களை இழந்துவிடும். அவ்வப்போது இயற்கை உரம் போட்டு நிலத்தின் வளத்தை பராமரிப்பது அவசியம். காய்கள் தங்களுடைய இயல்பான ருசியை இழக்காமல் இருக்க அது உதவும்.

8
நோய்த் தடுப்பு

மனிதர்களைப் போலவே தாவர இனங்களும் நோயினால் பாதிக்கப்படுகிறவைதாம்.

செடிகளை நோய் தாக்கினால் அவை வளர்ச்சியை இழப்பதோடு, தக்க பலனையும் நமக்குத் தர இயலாமல் போய்விடுகிறது. காற்று, தண்ணீர், சீதோஷ்ணக் கோளாறு காரணமாக நோய்கள் வரும். கம்பளிப் பூச்சி, வண்டு, செடிப்பேன் போன்ற புழு பூச்சிகளும் நோய்க்குக் காரணமாகும்.

நீங்கள் மண்ணைக் கொத்தி விடுவதன் மூலம் புழு, பூச்சிகளைக் கட்டுப்படுத்த முடியும்.

தரையில் சாம்பல் தெளித்து வைப்பதும் நல்லது. அவரை, கத்தரி, பூசணி முதலியவற்றின் மீது சாம்பல் தெளிப்பதும் ஓரளவு பலன் தரும்.

இலைச் சுருட்டு புழு என்பது இலையின் நுனியில் தங்கி, இலை முழுவதையும் சுருண்டு போகச் செய்துவிடும். செடியின் இலைகள் உதிர்ந்து செடியும் காய்ந்து போகும். நோயுற்ற இலைகளை செடியில் இருந்து அகற்றிவிட வேண்டும்.

இலைகள் அதிகம் பாதிக்கப்பட்ட செடிகளை அடியோடு அப்புறப்படுத்தி விடவேண்டும்.

பூஞ்சண நோய் கொடுமையானது. ஒருவகை நுண்ணுயிர் இளந்தளிர், அரும்புகளை சேதப்படுத்தி செடியின் வளர்ச்சியை பாதித்துவிடும். செடியையே அழித்துவிடவும் செய்யும். இலைகளில் புள்ளி தோன்றும். இலைகள் விழுவதும் அடையாளம் ஆகும். காற்றிலும், நீரிலும் பூஞ்சண நோய் பிடிக்கும். நிழலான பகுதியில் உள்ள தாவரத்தை எளிதில் பற்றும். வெப்பமும், காற்றோட்டமும் உள்ள பகுதியில் இந்நோய் வராது. மயில் துத்தக் கலவை கொண்டு பூஞ்சண நோயை ஒழிக்கலாம்.

நோயுற்ற செடிகளின் விதையைப் பயன்படுத்தாமல் எறிந்துவிட வேண்டும்.

கத்தரிச் செடியில், சிவப்பு எறும்புகள் செடியின் வேர்களையும், அடிப்பாகத்தையும் துளைத்து விடும். சில வண்டுகள் இலைகளையும், பிஞ்சுகளையும் அழித்துவிடும். பிஞ்சுகளை அரிக்கிற புழுக்கள் தனி. மஞ்சள் நிறப்பூச்சி ஒன்று செடிகளுக்கு பெருத்த சேதம் விளைவிக்கும். நோயுற்ற கொழுந்து, இலை, பிஞ்சுகளை செடியில் இருந்து அகற்றிவிட வேண்டும்.

பனிக்காலத்தில் அதிக பாதிப்பு ஏற்படும். 'கால்ஸியம் ஆர்செனேட்' என்கிற பூச்சிக் கொல்லி மருந்தை நீரில் கரைத்து ஸ்ப்ரேயர் மூலம் தெளிக்கலாம்.

இலைச் சுருட்டு புழுவும், இலைகளை அரிக்கும் பூச்சியும் வெண்டைச் செடிக்கு எதிரிகளாகும்.

தக்காளியில் பூஞ்சண நோய் வருவதுண்டு. செடியின் தண்டிலும், இலையின் கீழ்ப்புறமும் வெள்ளை நிறப் பூச்சியால் பாதிப்பு ஏற்படும். பாதிக்கப்பட்ட செடி நாளுக்கு நாள் வாடிக் கொண்டே வரும். மழை தவறிவிடும்போது இந்நோய் வரும். தக்காளியைப் பாதிக்கிற இன்னொரு நோய் சுருட்டை. இது ஒருவகைப் புழுவினால் ஏற்படுகிற நோய். தளிர்கள் சுருண்டு விடும். செடிகளின் வளர்ச்சி தடைப்படும். காய்ப்பு நின்றுபோகும். நோய்வாய்ப்பட்ட செடிப் பகுதி களை அகற்றிவிட வேண்டும். தொடர்ந்து நோய் பரவுமெனில் செடியையே பிடுங்கி எறிந்துவிட வேண்டியதுதான்.

பொட்டாஸியம் பர்மாங்கனேட் கலந்த நீரை செடிகளின் மீது தெளிப்பதால் இந்நோயைக் கட்டுப்படுத்தலாம்.

பூச்சிக்கொல்லி மருந்துகள்

கத்தரி :

கன்று நட்ட ஒரு மாதத்திற்குப் பிறகு மாதம் இருமுறை ஸ்ப்ரேயர் மூலம் மருந்து தெளிக்கலாம். செவின் 50% 1 கிலோ அல்லது எக்காலக்ஸ் 600 மி.லி. அல்லது எண்டோ சல்பான் 750 மி.லி. தெளித்தல் வேண்டும். இது ஒரு ஏக்கர் தோட்டத் துக்கான அளவு. இதிலிருந்து ஒரு செண்ட்டிற்கு

எவ்வளவு என்பதை கணக்கிட்டுக் கொள்ளுங்கள். கத்தரியில் வரும் காய்ப்புழு இளஞ்சிவப்பாக, பழுப்பு நிறத் தலையுடன் காணப்படும்.

தக்காளி :

காய்ப்புழுக்களை நீக்க, எண்டோ சல்பான் 750 மி.லி. அல்லது எக்காலக்ஸ் 600 மி.லி. மருந்தை 200 லிட்டர் தண்ணீர் கலந்து ஸ்ப்ரேயர் மூலம் தெளிக்கவும். இலைக்கருகல் நோயைப் போக்க குமான் 400 மி.லி. அல்லது டைத்தேன் எம். 45 மருந்து 600 கிராம் நீரில் கலந்து தெளிக்கவும். இலைக்கருகலுக்குக் காரணம் ஒரு வகை பாக்டீரியாவாகும்.

வெண்டை :

காய்ப்புழு வெண்மை நிறத்தில், கருநிறத்தலை யுடன் காணப்படும். தயோடான் 500 மி.லி. அல்லது பி.எச்.ஸி. 50% ஒரு கிலோ (1 ஏக்கர் அளவிற்கு) தண்ணீரில் கலந்து தெளிக்கவும்.

வெண்டையில் வைரஸ் நோயும் தாக்கும். செடி வளர்ச்சி பாதிக்கப்படும். காய்கறின் எண்ணிக்கை குறையும். தயோடன் 410 மி.லி. அல்லது ரோகார் 200 மி.லி. (1 ஏக்கருக்கு) நீரில் கலந்து தெளிக்கவும்.

மிளகாய் :

அசுவினி, பேன் ஆகியவை இவைகளின் சாற்றை உறிஞ்சிவிடும். செடிகள் பச்சை நிறம் இழந்து பழுப்பாகிவிடும். மிளகாய் நாற்று நடுவதற்கு முன் ப்யூரிடான் குருணைகளை ஏக்கருக்கு 5 கிலோ

வீதம் மணலில் கலந்து நடவுப் பரப்பில் வீச வேண்டும். கன்று நட்ட 30-ஆம் நாளில் ஒருமுறை 5 கிலோ ப்யூரிடான் போடவும்.

சிலர், பச்சை மிளகாயாக அறுவடை செய்வது உண்டு. அச்செடிகளுக்கு 250 மி.லி. நுவக்ரான் மருந்துடன் 100 மி.லி. நுவான் (1 ஏக்கருக்கு) மருந்தை நீரில் கலந்து தெளிக்க வேண்டும். நாற்று நட்டு 30 நாட்களுக்குப் பிறகு 15 நாட்களுக்கு ஒருமுறையாக தெளிக்கவும்.

வாழை :

முடிக்கொத்து நோய் தாக்கும். அசுவினிப் பூச்சியில் பரவுகிற நோய் இது. இலைகள் சிறுத்து விறைப்பாக இருக்கும். மரம் வளர்ச்சி குன்றும். குலை தள்ளாது. ரோகார் போன்ற மருந்தை 200 மி.லி. எடுத்து 200 லிட்டர் நீரில் கலந்து தெளிக்க வேண்டும். நோயினால் முழுமையாகத் தாக்கப் பட்ட கன்றுகளை அடியோடு அப்புறப்படுத்திவிட வேண்டும்.

உலோகச் சத்துக்களின் பற்றாக்குறை, வளமில்லாத மண் போன்ற காரணங்கள்ால் செடிகளுக்கு நோய் வரும் வாய்ப்பு அதிகம். சத்துப் பற்றாக்குறை காரணமாக செடிகள் எதிர்ப்பு சக்தியை இழந்து விட்டிருக்கும். காற்றும், ஒளியும் தாவரங்களுக்கு தாராளமாகக் கிடைக்க வேண்டும். தாவரங்களைப் பாதிக்கிற காளான்களைக் கட்டுப்படுத்த இதுவே நல்ல உபாயம்.

வேரைச் சுற்றி ஈரம் கூடினாலும் காளான்கள் விரைந்து பரவும். தாவரங்களில் வரும் பல நோய்களுக்கு இந்தக் காளான் முக்கிய காரணம். பாக்டீரியா அழுகல் நோய் என்பது செடிகளில் மட்டுமின்றி, காய்களை சேமித்து வைக்கிற இடங்களிலும் தோன்றக்கூடும். வெங்காயம், உருளை, சேனைக்கிழங்கு போன்றவற்றில் மிகச் சாதாரணம். நோய் பாதிப்புக்குள்ளான காயின் பாகம் முதலில் மிருதுவாகும். பிறகு நீர்க்கசிவு ஏற்படும். தொடர்ந்து கிழங்கின் எல்லாப் பாகங்களிலும் அழுகிப் போய்விடும். இவ்வகைக் கிழங்கில் ஏற்படும் நோய் சேமிப்புக் கிடங்கில் உள்ள மற்ற காய் வகைகளையும் பாதித்துவிடும். கோஸ், காரட், முள்ளங்கி, அவரை இனங்கள் ஆகியவற்றை இந்நோய் எளிதாக பிடிக்கும்.

இடு உரங்களின் அளவு கூடினாலும் நோய் வரும். (உதாரணமாக நைட்ரஜன் சத்துள்ள உரங்கள்).

காய்கறி மகசூலுக்கு நல்ல மண், நீர்வசதி, உரம் இருந்தால் மட்டும் போதாது. நோய்த் தடுப்பு மிக அவசியம். பயிர்ப் பாதுகாப்பு செய்யாவிடில் செலவிடும் பொருளும், உழைப்பும் வீணாகி விடும்.

9
செடிவகை காய்கறிகள்

காய்களைக் கொடுக்கும் தாவரங்கள் பொது வாகக் கொடிஇனம், செடி இனம் என இரண்டாகப் பிரிக்கப்படும். கத்தரி, வெண்டை, கொத்தவரை, தக்காளி, மிளகாய் போன்றவை செடிவகைக் காய்கள். புடல், அவரை, பீர்க்கு, பூசணி, பறங்கி போன்றவை கொடி வகைக் காய்கள். இவை தவிர கீரையினம், இலையினம், கிழங்கினம் என்பன வற்றின் மூலமும் நாம் பயன் பெறுகிறோம்.

கத்தரிக்காய்

கத்தரியை எந்த மண்ணிலும் பயிரிடலாம். எக்காலத்திலும் சாகுபடி செய்யலாம். அதற்கென்று குறிப்பிட்ட பருவம் இல்லை. களி மண்ணிலும் பயிரிடப்படுகிறது என்றாலும், மணல் கலப்புள்ள தோட்ட மண்ணே நல்ல விளைச்சல் கொடுக்கும். கத்தரிக்கு வறட்சி ஏற்கும். மழை என்றாலே இதற்கு அலர்ஜி. உஷ்ணத்திற்கு ஏற்ப அதிகம் காய்க்கும்.

கத்தரியில் அனேக ரகங்கள். மிகப்பெரிய அளவில் நீண்டதாய், வயலட் நிறத்தில் காய்களைக்

கொடுப்பது முத்துகேசி, ராம்நகர் கத்தரியாகும். இவை வடநாட்டு ரகங்கள். நம் ஊர்களில் அண்ணாமலைக் கத்தரியும், தஞ்சாவூர் முள்ளுக் கத்தரியும் பிரபலம்.

கத்தரியை ஆடி மாதமோ, தை மாதமோதான் பெரும்பாலும் விதைப்பது. தைப் பட்ட கத்தரி சுவையாக இருக்கும். கத்தரி விதைத்த நான்கு மாதங்களுக்குள்ளாகவே காய்க்க ஆரம்பித்து விடுகிறது. தொடர்ந்து 9 மாதங்கள் பலன் தரும். நான்கு மாதங்களில் மட்டுமே அதிக மகசூல் கொடுக்கும்.

கத்தரி நாற்று விட்டு பயிரிடப்படுகிறது. நாற்றுக்களைப் பறித்து நடவுக்கு தயார் செய்யப் பட்ட மண்ணில் குழி போட்டு ஊன்றுவார்கள்.

பாத்தி தயார் செய்வதற்கு முன்பாக, மண்ணில் மாட்டுச் சாணம், சாம்பல் கலந்து மண்ணைக் கொத்தி விடலாம்.

முதலில் விதை நாற்றங்கால் தயார் செய்வதைப் பார்ப்போம். நன்கு பொல, பொலவென்று மென்மைப்படுத்தப்பட்ட மண்ணில் விதைகளைத் தெளிக்க வேண்டும். விதைகளின் மீது தூள் மண்ணைத் தூவி மூடுதல் வேண்டும். மூன்று நாள் வரை பூவாளியால் தண்ணீர் தெளிக்கலாம். விதைகள் முளைத்த பின் இரண்டு நாளைக்கொரு முறை தண்ணீர் தெளிக்கலாம்.

அமைக்கும் முறைகள்

கத்தரி நாற்று ஆறு அங்குல உயரம் வளர்ந்ததும் பறிக்கலாம். 20-25 நாள் நாற்றுகள் நடுவதற்கு தகுதியானவை. நடவு பாத்தியில் சிறுசிறு வரப்புகட்டி, வரப்புகளில் குழியிட்டு ஊன்றவும். குழிக்கு ஓரிரு நாற்று போதும். செடிக்குச் செடி, வரிசைக்கு வரிசை 2 அடி இடைவெளி விடவும். கத்தரிக்கன்று வேர் பிடித்து வளரத் தொடங்கியதும் வாரம் இருமுறையும், வளர்ந்த பின் வாரம் ஒருமுறையும் தண்ணீர் பாய்ச்சலாம்.

பருவ நிலைக்கேற்ப எவ்வப்போது தண்ணீர் பாய்ச்சுவது என்பதைத் தீர்மானித்துக் கொள்ளலாம்.

கத்தரிச் செடிக்கு, காய்க்கத் தொடங்கும் வரை களை கொத்தியாக வேண்டும். மாதம் ஒருமுறை களை கொத்துவது அவசியம். செடிக்கு செடி மண் அணைக்க வேண்டும். இரண்டாவது களை எடுத்தபின் தொழு உரத்தை ஒவ்வொரு செடிக்கும் சிறிதளவு வைக்கலாம்.

கத்தரிச் செடி தொடர்ந்து இரண்டு ஆண்டுகளுக்குக்கூட காய்க்கும்.

கத்தரிப்பூ வெண்மையாகவும், ஊதா நிறமாகவும் இருக்கும். காய்கள் பச்சை நிறத்திலோ, வெள்ளைப் புள்ளிகளுடனோ, வரி படர்ந்தாற்போலவோ இருக்கும். சில காய்கள் ஊதா நிறத்திலும் இருக்கும். கத்தரிப் பழம் மஞ்சள் நிறமுடையது. செடியிலேயே பழுத்த பழத்தின் விதைகளை

எடுத்து உலர்த்திக் கொள்ளலாம். அடுத்த பட்ட விதைப்பிற்கு உதவும்.

கத்தரிக்கு இடுகிற தழை உரம் (நைட்ரஜன்) அளவில் குறைவாக இருக்க வேண்டும். செடி நட்டு ஒரு மாதத்திற்குப் பிறகு கால்சியம் சல்பேட் அல்லது அமோனியம் சல்பேட்டுடன், பாஸ்பேட், பொட்டாஷ் கலந்து இடலாம். உர அளவு மிஞ்சி னால் செடி தழைக்கும், காய்ப்பில் ஏமாற்றிவிடும்.

தழைத்த செடியின் சில கிளைகளைக் கத்தரித்துவிடலாம். தொழு உரம் இடுவதாயின் நன்கு மக்கியதையே பயன்படுத்த வேண்டும். இல்லையேல் நோய்த்தாக்குதல் ஏற்படும்.

கத்தரி எந்தப் பருவத்திலும் நோய்வாய்ப்படும். பூச்சி வெட்டுக்கு இலக்காகும். இலை தின்னும் பூச்சிகள் நாற்றுக் கட்டத்திலேயே கத்தரியை நாசப்படுத்த ஆரம்பித்துவிடும். சாம்பலையும், சுண்ணாம்புத் தூளையும் தெளித்தால் பூச்சிகள் அண்டுவதில்லை. காய்ப்புழுவிற்கு 'லிட்டேன்' மருந்து தூவவும். இலை நோயைத் தடுக்க நோய்ப்பட்ட செடிகளை அழிக்கவும். டி.டி.டீ. 1 சதவீத மருந்து தெளிக்கலாம். அல்லது 5 சதவீதத் தூள் மருந்தைத் தூவலாம். டி.டி.டீ. 50 சதவீத மருந்து அவுன்ஸ் எடுத்து 3 காலன் தண்ணீரில் கலந்து ஸ்ப்ரே செய்யலாம்.

கத்தரிக்குத் தண்ணீர் கட்டக்கூடாது. தண்டிலும், இலையிலும், காயிலும் பூஞ்சண நோய் பற்றிக்

கொள்ளும். இந்நோய் தண்டு வழியே செடி முழுவதும் பரவும்.

கோடைகால கத்தரி விதையை மறுகோடைப் பருவத்தில்தான் விதைக்க வேண்டும். அப்படித் தான் மற்ற சீஸன்களில் பயிரிடுவதும். நோய் நொடி இல்லாத நல்ல வளர்ச்சி பெற்ற காய்களைப் பழுக்க விடவேண்டும். மஞ்சள் நிறமான பழங்களை நீரில் இட்டுப் பிசைந்து, விதைகளை எடுக்க வேண்டும். விதைகளை சுத்தமான நீரில் அலசி, மெல்லிய துணியால் ஈரம் போகத் துடைத்து வெய்யிலில் உலர்த்த வேண்டும். உலர்ந்த விதைகளை பாலித்தீன் பைகளில் சேகரித்து வைக்கலாம்.

அரை அல்லது முக்கால் செண்ட் நிலத்தில் விடப்பட்ட நாற்று கொண்டு ஒரு ஏக்கர் நடவு செய்ய முடியும். இதற்கு தேவைப்படும் விதை 450 கிராம். பர்பின் டோகியோ, பெனாரஸ் ஜியண்ட், ஐவரி ஒயிட் முதலியன உயர் ரகங்கள். ஒரு ஏக்கர் கத்தரி பயிரிட்டால் 2700 முதல் 4500 கிலோ வரை காய்கள் கிடைக்கும். இந்த அளவு பிரகாரம் வீட்டுத் தோட்ட அளவிற்கேற்ப விதை அளவு எடுத்துக் கொள்ள வேண்டும்.

வெண்டைக்காய்

ஆண்டு முழுக்கப் பயிரிட்டு பலன் அடைய லாம். வெண்டை மணற்பாங்கான மண்ணில் செழித்து வளரும்.

வெண்டையில் குட்டை, நெட்டை என 2 ரகங்கள் உண்டு. இரண்டும் நல்ல மகசூலைக் கொடுக்கும். தரத்திலும், சத்திலும் வேறுபாடு இல்லை.

இது ஆண்டு முழுவதும் பயிரிடக் கூடியது என்றாலும், சிறப்பாக ஆவணி, மார்கழி, சித்திரை என மூன்று பட்டங்களில் பயிர் செய்யப்படுகிறது.

செடியின் ஆயுட்காலம் 3-4 மாதங்கள். செடி 3 மாதத்திலேயே பலன் தர ஆரம்பித்துவிடும்.

வெண்டை வறட்சி தாங்கக் கூடிய பயிர் ஆகும். நீங்கள் குறைவான அளவு நீர் பாய்ச்சினாலே போதும். சாதாரணமாக வாரம் ஒருமுறையும், வறட்சிக் காலத்தில் ஐந்து நாட்களுக்கு ஒருமுறை யும் தண்ணீர் விடலாம். நீரின் அளவு அதிகமானால் காய்ப்பும் குறையும். செடி நோய்வாய்ப்படும்.

நிலத்தை நன்றாகக் கொத்தி, மண்ணை தலைகீழாகப் புரட்டி விடவும். பிறகு தகுந்த எருவிட்டு மீண்டும் ஒருமுறை கொத்திவிட வேண்டும். பார் பிடித்து (சிறு வரப்பு அல்லது சால் மேடு) பாரின் ஓரங்களில் குழியிட்டு விதைகளை ஊன்றவும். பார்களை ஒன்றரை அடி இடைவெளி யில் அமைக்க வேண்டும். செடிக்குச் செடி ஒன்றரை அடி இடைவெளி தேவை. விதை ஊன்றும் குழிகள் ஒரு அங்குலம் ஆழமானதாக இருக்க வேண்டும். குழிக்கு இரண்டு விதை என்ற கணக்கில் ஊன்றி மண்ணால் மூட வேண்டும். செடி வளர்ந்த 15

அமைக்கும் முறைகள்

நாட்களில் களை எடுக்கலாம். 30 நாளில் உரமிட்டு மண் அணைக்கலாம்.

நன்கு வளர்ச்சி பெற்ற செடியின் திடமான காய்களை விதைக்கு விட்டு வைக்கவும். முற்றிய காய், செடியிலேயே நெற்றானதும், பறித்து உலர்த்தவும். சேமிப்புக்கான விதைகள் தயார்.

சமையலுக்கு பிஞ்சு வெண்டைக் காய்கள்தாம் ஏற்றவை. பிஞ்சில்தான் சத்து கூடுதலாக இருக்கும். முற்றிய வெண்டை நார் மயமாகிவிடும். வெண்டையில் கோ-1, எம்.யு.டி.யு.-1 ஆகியவை பொறுக்கு ரகங்கள் சிறந்த மகசூல் கொடுக்கும்.

எண்பது சதுர அடிப் பாத்திக்கு 4-6 கிராம் அளவு வெண்டை விதை போதுமானது. நீங்கள் திட்டமிடும் பாத்திக்கான விதை அளவை இதில் இருந்து கணக்கிட்டுக் கொள்ளுங்கள்.

வெண்டைச் செடிக்கு தொழுஉரம் இடலாம். இரசாயன உரமாயின் யூரியா 540 கிராம், பாஸ்பேட் 114 கிராம், பொட்டாஷ் 225 கிராம் (80 ச.அடி பாத்திக்கானது) கலந்து இடவேண்டும். நடவு செய்து ஒரு மாதம் கழித்து உரமிடலாம்.

வெண்டையில் காய்களைத் தாக்கும் புழுக் களும், வைரஸ் நோய்க்கான வெள்ளைப் பூச்சி களும் பாதிப்பை ஏற்படுத்தும். பயிர்ப் பராமரிப்பு செய்ய வேண்டும். எண்டோ சல்ஃபான் 0.07 சதவீதம், கார்பரில் (செவின்) 0.1 சதவீதம் கலவைகளில் ஏதாவது ஒன்றை விதைத்த பத்து

நாளில் தொடங்கி, பத்து நாட்களுக்கு ஒரு முறையாக மூன்று முறை தெளிக்க வேண்டும். பிஞ்சு விடத் தொடங்கியதும் மருந்து தெளிப்பதை நிறுத்திவிட வேண்டும்.

தக்காளி

தக்காளி பயிரிட மண் வளமானதாக இருக்க வேண்டும். மண்ணை நன்றாகக் கொத்தி விடுவது அவசியம். மணற்பாங்கான நிலத்தில் பயிரிடுவதாயின் செம்மண்ணையும், மாட்டுச் சாணியையும் மண்ணுடன் கலந்துகொள்ள வேண்டும். ஓரடி ஆழத்துக்குக் கொத்திய பிறகு, மூன்றடி இடைவெளியில் வரப்பு பிடிக்க வேண்டும். நிலம் தயார்.

தக்காளியை நாற்று விட்டுதான் நடவு செய்வது. நாற்றங்காலில் தெளிக்கப்பட்ட விதைகள் பத்து நாளில் முளைத்துவிடும். ஒன்றரை மாதத்தில் 4-5 அங்குல உயரத்திற்கு நாற்றுக்கள் வளர்ந்து விட்டிருக்கும். நாற்றைப் பறித்து நடவு செய்வதற்குரிய பக்குவம் இதுதான்.

நடவுப் பாத்தியில் இரண்டடி இடைவெளியில் கன்றுகளை நடலாம். குழிக்கு இரண்டு கன்று அளவில் நட்டால் போதும். குழிகள் மூன்று அங்குல ஆழம் இருக்க வேண்டும். நட்ட பின் மூன்று நாட்களுக்கு ஒருமுறை தண்ணீர் விடலாம். சீரான அளவில்தான் தண்ணீர் விடவேண்டும். பாத்திகளில் தண்ணீர் கட்டக்கூடாது. மழை பெய்கிற காலத்தில் தண்ணீர் தேங்காதபடி பார்த்துக்

அமைக்கும் முறைகள்

கொள்ள வேண்டும். சிறிது தண்ணீர் தேங்கினாலும் வேர்கள் அழுகிவிடும்.

தக்காளிச் செடி படரும் தன்மையுடையது. தரையில் படிகிற கிளைகள் தோறும் வேர்விடும். செடி கண்டபடி வேர்விட்டு, படர்ந்து கொண்டே போக அனுமதிக்காதீர்கள். அனாவசியக் கிளை களை வெட்டி எறிந்து, பிரதானச் செடியை நிமிர்ந்து நிற்கிற மாதிரி விடவும். செடி ஒன்று அல்லது ஒன்றரை அடி உயரமானதும், செடிகள் தோறும் பக்கமாய் கம்புகள் (3 அடி உயரம்) நட்டுப் பிணைத்தால் நிமிர்ந்து நிற்கும். அப்படி வரிசையாய் நட்ட கம்புகளின் குறுக்காக குச்சிகள் வைத்துக் கட்ட, பந்தலாகி விடும்.

தக்காளிப்பூ வெளிர் மஞ்சளாக இருக்கும். பிஞ்சும், காயும் வெண்மை கலந்த பசுமை நிறமுடையவை. காய் முற்றியதும் சிவப்பாகும்.

தக்காளியை ஆனி - ஐப்பசி, கார்த்திகை - மாசி, பங்குனி - வைகாசி என மூன்று பட்டங்களில் பயிர் செய்யலாம். ஆனி, ஆவணியில் விதைப்பதே சிறப்பு.

தக்காளிக்காய் பெரிய அளவாய் இருக்க, பக்கத்துக் கிளைகளை ஒடித்து தலைப்பகுதி கிளைகளை மட்டுமே வளர விடவேண்டும். நிழல் கூடாது. தக்காளிச் செடி 3-4 மாதம் பலன் கொடுக்கக் கூடியது. தக்காளியின் மொத்த வயது 135-150 நாட்களாகும்.

தக்காளியின் காய்ப்புக் கட்டத்தில் எரு இடலாம். தொழு உரமாயின் நன்கு மக்கிய எருவையே பயன்படுத்த வேண்டும். பாஸ்பரஸ், பெட்டாசிய உரக் கலவையையும் பயன்படுத்தலாம்.

விதைத் தேர்வு

சுமார் 10 கிராம் தக்காளி விதைக்கு 500 கன்றுகள் முளைக்கும். தக்காளிப் பழத்தின் சாற்றையும், சதையையும் நீக்கிவிட்டுக் விதைகளை மட்டும், நீர்விட்டுக் கழுவி உலர்த்த வேண்டும். நாம் ஒருமுறை சேகரிக்கிற விதைகள் ஒரு ஆண்டிற்கு தான் பயன்படும். மறு ஆண்டில் விதைக்க தகுதி உடையதாய் இருக்காது. பழைய விதைகள் வீரியம் குன்றிவிடும்.

செடியிலேயே பழுத்த பழத்தில் இருந்துதான் விதைகளை எடுக்க வேண்டும். பெரிய பழமோ, சிறிய பழமோ கூடாது. நடுத்தர வளர்ச்சி உள்ள பழங்களையே விதைக்காக தேர்வு செய்ய வேண்டும். பழம் திடமானதாக இருப்பது நல்லது. தேவையான விதைகளை நோய்ப் பாதிப்பு இல்லாத செடிகளில் இருந்தே எடுக்க வேண்டும்.

தக்காளிச் செடிகளுக்கு இடையில் களைகளை விட்டு வைக்கக் கூடாது. அவை நோய்களுக்குக் காரணமாகிவிடும்.

தக்காளியை எளிதில் தாக்குவது பூசண நோய். இந்நோய்கண்ட செடிகளைப் பிடுங்கி எரித்து விடலாம்.

அமைக்கும் முறைகள்

தக்காளி பலமுறை காய்க்கும் என்றாலும், முதல் அறுவடையில் பெறப்படும் காய்கள்தாம் தரமானதாக இருக்கும். முதல் தடவை காய்களிலேயே சிலவற்றை விதைக்காக விட்டு வைக்கலாம்.

தக்காளியில் கோ-1, 2, பி.கே.எம்.-1 ஆகியவை பொறுக்கு ரகங்கள். பாண்ட்ரோஸ், குளோப், செர்ரிரெட், மாபூசா போன்றவை உயர் ரகங்கள்.

பயிர்ப் பாதுகாப்பு

தக்காளியை பழம் துளைக்கும் புழு, வாடல் நோய் போன்றவை பாதிக்கும்.

பூ மொட்டுகள் முதல்முறை தோன்றும்போதே டி.டி.டீ. 0.1 சதவீத மருந்தை இரண்டு வாரங்களுக்கு ஒருமுறை தெளித்தால் பழம் துளைக்கும் புழுக்களைக் கட்டுப்படுத்த முடியும்.

வாடல் நோயைத் தவிர்க்க 1 சதவீதம் மயில் துத்தக் கலவையை இரண்டு வாரங்களுக்கு ஒருமுறை தெளிக்கலாம்.

செடி முளைத்து 15 நாட்களுக்குப் பிறகு 20 சதவீதம் எண்ட்ரின் மருந்தை மாதம் இருமுறை தெளிக்க வேண்டும். 28 கிராம் மருந்துக்கு ஆறேகால் காலன் தண்ணீர் கலக்கவும்.

மிளகாய்

மிளகாய் மற்ற காய்கறிகளைவிட அதிக லாபம் தருவது. மிளகாயில் பலவகை உண்டு. அரை அங்குலம் சைசில் இருந்து ஆறு அங்குலம் வரை

இருக்கும். உருண்டை வடிவிலும், ஊசி போலவும் சிலவகை மிளகாய் இருக்கும். மிளகாய் சாகுபடிக்கு ஏற்ற பட்டம் தைமாதம். வைகாசி, ஆனியில், நாற்று விட்டும் மூன்று மாதத்தில் பிடுங்கி நடலாம்.

மிளகாய் நாற்றங்கால் விசேஷ கவனத்துடன் தயாரிக்கப்பட வேண்டும்.

பூச்சி நோய் தாக்காத செடியில் இருந்து பழத்தை சேகரித்து வைக்கவும். அச்செடி மிகுந்த அளவு பூத்துக் காய்த்ததாக இருக்க வேண்டும். செடிகளின் முதல் மூன்று அறுவடைப் பழங்களையே விதைக்குத் தேர்வு செய்ய வேண்டும். பழங்களை சுத்தமான தரையில் நன்கு உலர்த்தி வைப்பதும் அவசியம். விதைகளைப் பாதுகாப்பாக வைத்திருந்து, விதைக்கும்போது பயன்படுத்தலாம்.

தண்ணீர் தேங்காத மேட்டு நிலத்தில் நாற்றங்கால் தயார் செய்ய வேண்டும். வடிகால் வசதி தேவை. நிலத்தை நன்றாகக் கொத்தி, கட்டிகளை நீக்கிவிட வேண்டும். களைகளை அகற்றிவிட வேண்டும்.

தொழு உரத்தை மண்ணுடன் கலந்துவிடவும். 1 செண்ட் நாற்றங்காலுக்கு 500 கிராம் விதை தேவைப்படும்.

மிளகாய் விதைகளை நாற்றங்காலில் விதைத்து, வைக்கோல் அல்லது தென்னங்கீற்றினால் மூடவும். அவற்றின் மீது நீர் தெளிக்கவும்.

நாற்றங்காலில் 20-30 நாள் வளர்ந்த செடியைக் (சுமார் 9 அங்குல உயரம்) களைந்து வேறு இடத்தில் நடவு செய்யவும். நடவுப் பாத்தியில், ஒன்றரை அடி இடைவெளியில் சிறு வரப்பு அமைத்து செடியை நடவும்.

செடிகளுக்கு மிதமான அளவில் நீர் பாய்ச்ச வேண்டும். நடவு செய்த ஒரு மாதம் கழித்து உரம் இடவும். சுமார் மூன்று மாதங்களில் காய்கள் அறுவடைக்குத் தயார் ஆகும்.

ஒரு பட்சத்தில் ஏழு, எட்டு முறை காய்கள் பறிக்கலாம். பச்சை மிளகாயை மூன்று நாள் இடைவெளியிலும், பழத்தை ஒரு வார கால இடைவெளியிலும், பறிக்கலாம்.

முற்றிய காய்களைப் பறித்து நிழலில், காற்றோட்டமான இடத்தில் உலர்த்தினால் பச்சை நிறம் மாறி சிவப்பாகிவிடும். பிறகு வெய்யிலில் இரண்டு மூன்று நாள் உலர்த்த, செந்நிறம் மேலும் அதிகமாகிவிடும்.

ஊசி மிளகாய்ச் செடி 4 அடி உயரம்வரை வளரும். சாக்கடை ஓரங்களில் தானே விழுந்து முளைத்துக் கொண்டிருக்கும். இதன் காய்கள் ஊசிபோன்று கூர்மையாக இருக்கும். ஒரு அங்குலத்திற்கும் குறைவான நீளத்தில், நிறைய விதைகளுடன் இருக்கும். அதிகக் காரம் உள்ளது.

குடமிளகாய் 'தஞ்சாவூர் மிளகாய்' எனப்படும். சாதாரண மிளகாய்ச் செடி போலவே பயிரிடப்படுவது.

பெருமிளகாய் சமையலுக்கு ஏற்றது. காரம் இருக்காது. அதில் விதைகள் குறைவு. பழம் மஞ்சள் அல்லது சிகப்பு நிறம் உடையது. இரண்டு அடி உயரமே வளரும். நட்ட மூன்று மாதத்தில் பலன் கொடுக்கும்!

நீண்டு மெலிந்த மிளகாய் 'சம்பா மிளகாய்' எனப்படும். நீளம் குறைந்து, பருத்ததை குண்டு மிளகாய் என்பார்கள். இரண்டுமே வற்றல் மிளகாய்கள்.

பொதுவாக மிளகாய்ச் செடிகள் ஓராண்டு காலத்திற்கு காய்த்துக் கொண்டே இருக்கும்.

மிளகாய்ச் செடிக்கு ஈரமும், காய்ச்சலும் மாறி மாறி இருக்க வேண்டும். தேவைக்கு ஏற்ப களை எடுப்பதும், மேல் உரம் இட்டு மண் அணைப்பதும் அவசியம். கால்ஸியம், பாஸ்பேட், பொட்டாஷ், அமோனியம் சல்ஃபேட் உரங்கள் இடலாம்.

மிளகாயில் கோ-1, கே-1, கே-2 ஆகியவை சிறந்த ரகங்கள்.

மிளகாய்ப்பேன், சுருட்டைப் பூச்சி போன்றவை மிளகாயைப் பாதிக்கும். அந்தப் பூச்சிகள் இலையின் அடிப்பாகத்தில் இருந்து சாற்றை உறிஞ்சி செடியை அழித்துவிடும்.

பாரத்தியான் மருந்து 0.015 சதவீதம் கலவையை, செடி நட்டு ஒரு மாதம் கழிந்ததும் 15 நாளைக்கு ஒருமுறை தொடர்ந்து தெளிக்க வேண்டும். மிளகாய்ப் பேனுக்கு 10 சதவீதம் பி.எச்.ஸி. தூளையும் தூவலாம்.

ஏக்கருக்கு 1300-1700 கிலோ மிளகாய் அறுவடை செய்ய முடியும்.

இதுவும் அவரை இனத்தை சேர்ந்ததுதான். ஆனால், வெண்டையைப் போல் பயிரிடப்படும் செடி வகையாகும்.

'பூசாமௌஸ்மி' என்பது சிறந்த ரகம்.

ஆண்டு முழுவதும் எல்லாப் பருவங்களிலும் பயிரிட முடியும். இது மூன்று மாதம் பலன் தரக்கூடியது. ஏக்கருக்கு 5 கிலோ விதையை விதைப்பார்கள். உங்கள் தேவைக்கேற்ப (பயிரிடும் பரப்பு) கணக்கிட்டுக் கொள்ளுங்கள்.

தொழு உரம் இடலாம்.

செடிகளை 18 அங்குல இடைவெளியில் விதைக்கவும். வரிசைக்கு வரிசை 2 அடி இடைவெளி விடவும்.

குளிர்காலத்திலும், பனிக் காலத்திலும் செழித்து வளரும்.

விதை ஊன்றிய மூன்றாவது நாள் முளைவிடும். நான்கு அடிக்குமேல் வளரும். நாற்பது நாளைக்கு மேல் பூக்க ஆரம்பிக்கும். அறுபதாம் நாளில்

இருந்து காய்க்கும். செடியின் கணுக்கள் தோறும் கொத்துக் கொத்தாய் காய்க்கும்.

செடி ஓரடி உயரம் வளர்கிறவரை ஒன்றுவிட்டு ஒருநாள் நீர் விடவேண்டும். பிறகு, வாரம் ஒருமுறை நீர் பாய்ச்சலாம். தண்ணீர் தேங்கக் கூடாது. வடிகால் வசதி தேவை.

மணற்பாங்கான இடத்தில் செழித்து வளரும். மற்ற பயிர்களுடன் ஊடு பயிராகவும் செய்யலாம்.

ஏக்கருக்கு சுமார் 1700 கிலோ காய்கள் அறுவடை பண்ண முடியும்.

பச்சைப்புழு காய்களைத் துளைத்து வீணாக்கி விடும். எண்ட்ரின் 0.05 சதம் தெளிக்க வேண்டும். டி.டி.டீ. 50 சதமும் நீருடன் கலந்து தெளிக்கலாம். இலைப் பேனைத் தடுக்க மெடாஸிஸ்டாக்ஸ் 0.1 சதம் தெளிக்கலாம். அறுவடைக்கு 1 மாதம் முன்பாகவே மருந்துத் தெளிப்பை நிறுத்திவிட வேண்டும்.

10
கொடிவகைக் காய்கள்

அவரை, புடல், பாகல், பீர்க்கன், சுரை, பறங்கி, பூசணி ஆகியவை கொடிவகைக் காய்கள் ஆகும்.

குழி போட்டு விதைத்தால், தரையில் படர்ந்து (பூசணி, பறங்கி) காய்க்கும். சில கொடி வகை களுக்குப் பந்தல் (புடல், பாகல், அவரை) தேவைப்படும். சுரைக்கொடி மரம் அல்லது கூரை மீது படர்ந்து காய்க்கும்.

கொடிவகைப் பயிர்களை விதை போட்டுதான் பயிர் செய்கிறோம். நாற்று விடுவதோ, கன்று நடுவதோ இல்லை.

பயிர்க்குழியில், நேரடியாகவே விதைக்கிறோம். ஆழ, அழகத்துடன் (சுமார் 1½ அடி ஆழம், 2½ அடி விட்டம்) குழிபோட்டு, மண்ணை அகற்றிவிட்டு, குழியில் கொஞ்சம் பெருமணல் கொட்ட வேண்டும். குழியில் இருந்து அகற்றிய மண்ணுடன் தொழு எருவும் கலந்து குழியை நிரப்பி விட வேண்டும். இப்போது குழியில் உள்ள மண் பொலபொலவென்று இருக்கும். குழிக்கு 3 அல்லது 5 விதை ஊன்றலாம்.

ஒரு குழிக்கும் மற்றொரு குழிக்கும் குறைந்தது 10 அடி இடைவெளி விடவேண்டும்.

ஆடி மாதத்தில்தான் கொடி வகைப் பயிர் செய்வது. தரையில் படரும் கொடிகளுக்கு கம்பு ஒன்றும் தேவைப்படாது. பந்தலில் படரும் கொடிகளுக்குத்தான் கொம்பு நட்டு, குறுக்கு வசத்தில் நீளச்சுள்ளி அல்லது மிலாறு போட்டு பந்தல் அமைக்க வேண்டி இருக்கும். சுமார் 5 அடி உயரக் கொம்புகளை ஊன்றி 8-10 அடி சதுரத்திற்கு பந்தல் இடலாம்.

கொடிவகைப் பயிர்களுக்கு வாய்க்கால் போட்டு தண்ணீர் பாய்ச்சுவதில்லை. குடத்தில் நீர் முகந்து கொண்டுவந்து ஊற்ற வேண்டும். ஊற்றிய நீர் அப்போதே உறிஞ்சிவிடும் அளவு ஊற்றினால் போதும். தண்ணீர் தேங்கினால் கொடி அழுகி விடும்.

அவரை

அவரையில் அனேக வகைகள் உண்டு. வெள்ளை அவரை, மொச்சை அவரை, தட்டை அவரை, ஊதா அவரை, நாட்டு அவரை, ஆனைக்கொம்பன் என ஆறுக்கு மேல் வகைகள், பீன்ஸ், காராமணி, பட்டாணி போன்றவையும் அவரை இனத்தைச் சேர்ந்தவைதாம்.

அவரை பயிரிடும் குழிகள் வட்டமாக இருக்க வேண்டும். பந்தலின் நடுப்பகுதியில் குழிகளை

அமைக்கவும். கொடி ஆறு அங்குலத்திற்கு மேல் வளர்ந்ததும் சுற்றிலும் குச்சிகள் செருகி கொடியைப் பந்தலில் ஏற்றிவிடலாம்.

அவரைக்கு அதிகமான நீர் கூடாது. பூசண நோய் வர அதுவே காரணம். மண்ணில் நீர்க்கோத்துக் கொண்டால் பூச்சி பிடிக்கும். அதனால் செடியுடன் காயும் பாதிக்கப்படும்.

அவரை ஐந்து மாதத்தில் பலன் தரும். தொடர்ந்து 3-4 மாதங்கள் காய்க்கும். அதன் பிறகு படிப்படியாகக் காய்ப்பு குறையும். பொதுவாகக் குளிர் அதிகம் உள்ள பருவத்தில்தான் நிறையக் காய்க்கும். ஆடியில் விதைக்கப்படும் அவரை கார்த்திகை முதல் தை வரை பலன் கொடுக்கும். அவரை வெப்பத்தைத் தாங்கும் சக்தி பெற்றது.

பயிர்க் குழியில் விதையை ஊன்றுவதற்கு முன் குழி ஒன்றுக்கு 8-10 கிலோ மக்கிய உரம் போடலாம். விதைத்து ஒரு மாதம் கழித்து ஒரு கூடை தொழு உரம் இடலாம்.

அவரையைப் பிடிக்கும் பேனை ஒழிக்க பி.எச்.ஸி. 5 சதம் தூளைத் தூவ வேண்டும்.

பீன்ஸ்

பீன்ஸை 'சீமை அவரை' என்பார்கள். காரணம், இதுவும் அவரை இனத்தைச் சேர்ந்ததுதான். இதன் வயது 3-3½ மாதங்கள்.

பீன்ஸின் முற்றிய விதைகளை, வெய்யிலில் நன்றாக உலர்த்தி சேமிக்க வேண்டும்.

ஜூன், ஜூலை விதைப்புக்கு ஏற்ற பருவம். பத்து ச.மீ. பாத்திக்கு 15 கிராம் விதை போது மானது. பத்து ச.மீட்டரில் 10 கிலோ காய் விளையும். விதைக் குழிகளில் ஊன்றி நட வேண்டும். ஆழம் 3 செண்டி மீட்டருக்கு மேல் இருக்கக் கூடாது. செடிக்குச் செடி மூன்று செண்டி மீட்டர் இடைவெளியும் இருக்க வேண்டும். செடி முளைத்து வளர்ந்ததும், வாரம் ஒருமுறை நீர் பாய்ச்ச வேண்டும்.

எக்காலத்திலும் பயிரிடலாம். எனினும் குளிர் காலத்தில் அதிக மகசூலைக் கொடுக்கும்.

இது ஒரு குளிர்ப்பிரதேசச் செடி. வெயிற் பிரதேசத்திலும், நிழற்பாங்கான இடத்தில் பயிர் செய்யலாம்.

பீன்ஸில் குத்து பீன்ஸ், டபுள் பீன்ஸ், பட்டர் பீன்ஸ் என்று அனேக வகை.

குத்துபீன்ஸ் செடிகள் வளர்ந்ததும் செடிகளின் அருகே குச்சிகள் (5 அடி உயரம்) நட்டு வைத்து, அந்தக் குச்சிகளுடன் செடி பிணைந்து கொள்ளும்படிச் செய்யலாம்.

காண்டென்டர், கெண்டகி, வொண்டர் ஆகியவை பிரபலமான ரகங்கள்.

அமைக்கும் முறைகள் 71

பீன்ஸ் விதைக்கப்பட்ட 40 நாட்களுக்குப் பிறகு காய் பிடிக்கும். குறுகிய காலத்தில் நிறைவான பலனைத் தருவது.

அமோனியம், சூப்பர்பாஸ்பேட் உரங்கள் பயன்படுத்தலாம். நோய்களைத் தடுக்க டைத்தேன் மருந்தையும், பூச்சிகளைக் கட்டுப்படுத்த மாலதியான் மருந்தையும், ஸ்பிரே செய்யலாம்.

புடல்

புடலையும் குழியில் விதை ஊன்றிப் பயிர் செய்கிற ரகந்தான். வைகாசி, ஆனிப்பட்டத்திலோ, கார்த்திகை - மார்கழிப்பட்டத்திலோ புடலைக் குழிகளை ஆறடி இடைவெளிகளில் அமைக்கலாம்.

புடல் நான்கு மாதப் பயிர். விதை ஊன்றிய இரண்டரை மாதத்தில் காய்க்கும். முதல் பட்டப்பயிர் ஐப்பசியிலும், இரண்டாம் பட்டப்பயிர் பங்குனியிலும் பலன் கொடுக்கும்.

புடலங்காய், குட்டை, நீள பச்சை என இரண்டு ரகங்கள். இவற்றில் நீண்டதே சிறந்தது. இவை 3-6 அடி நீளம் வரை வளரும். புடலங்காயின் நுனியில் கல்கட்டிவிட, காய் நீளமாகும். தொடர்ந்து ஒன்றரை மாதத்திற்குக் காய்க்கும்.

குழிக்கு 3 விதை கணக்கில் விதையுங்கள். தொழு உரத்தை அடியில் (விதைப்பதற்கு முன்)

போடலாம். மேலுரமாக ஒரு மாதம் கழித்து அமோனியம் சல்பேட் போடலாம்.

பூசண வண்டும், காய்ப்புழுக்களும் வராமல் தடுக்க கால்சியம் ஆர்கனேட் மருந்துத்தூளை, சுண்ணாம்புத் தூளுடன் 1:4 விகிதத்தில் கலந்து தூவ வேண்டும்.

புடலைக்கு வாரம் ஒருமுறை தண்ணீர்ப் பாய்ச்ச வேண்டும். அவரையைப் போலவே இதற்கும் பந்தல் தேவை. கொடி வளர ஆரம்பித்ததும் கயிறு கொண்டோ, குச்சி செருகியோ பந்தலில் கொடியை ஏற்றிவிடலாம்.

கொடி ரகங்களுக்கான பந்தல்களை தோட்டத்தின் ஓரக்கால்களில் போடவேண்டும். அப்போதுதான் அவற்றின் நிழல் மற்ற காய்கறிச் செடி வகைகளைப் பாதிக்காது.

பாகல்

பாகற்கொடி வளர்ப்பும் புடல் மாதிரிதான். இதனை வைகாசி - ஆனிப்பட்டத்திலும், புரட்டாசி - ஐப்பசிப் பட்டத்திலும் பயிர் செய்யலாம். இது நான்கு மாதப் பயிர்.

கொடி மெலிதாக இருக்கும். மஞ்சள் நிறமாய் பூக்கும். காய்களின் மேல்பாகம் பசுமை நிறமாய் பூக்கும். காய்களின் மேல் பசுமை நிறத்துடன், முள் போன்ற அமைப்பினை உடையது.

அமைக்கும் முறைகள்

பாகலில் மூன்று வகை. அவற்றை கொம்பு பாகல், மிதி பாகல், பழு பாகல் என்பார்கள்.

கொம்புப் பாகலின் காய்கள் பசுமையாகவோ, வெளிறியோ இருக்கும். மேலும் கீழும் சிறுத்து, நடுப்பாகம் பருத்து காணப்படும். இது பந்தலில் காய்ப்பது.

மிதி பாகல் காய்கள் மிகச் சிறியதாகவும், உருண்டும் இருக்கும். இது தரையிலேயே படர்ந்து காய்ப்பது.

பழு பாகலில் அதிகக் கசப்பு இருக்காது. காய்கள் நீண்டதாக இருக்கும்.

பாகலுக்கும் குழி தயார் செய்து விதை ஊன்ற வேண்டும். குழிகளுக்கிடையே 5 அடி இடைவெளி இருக்க வேண்டும். குழிக்கு ஆறு விதைகள் ஊன்றலாம்.

விதைகளை ஊன்றிய மூன்றாவது வாரத்தில் செழிப்பான வளர்ச்சி பெற்றிருக்கும். குழிக்கு நான்கு செடிகள் வைத்துக்கொண்டு மற்றதை அகற்றிவிடலாம். விதைப்பதற்கு முன் குழியில் 8-10 கிலோ அளவில் தொழுஉரம் போட வேண்டும்.

விதைத்த 30-ஆம் நாள் குழிக்கு 50 கிராம் அளவில் அமோனியம் சல்பேட் போடலாம்.

அவரையைப் போல் பாகலுக்கும் பந்தல் இட வேண்டும். வாரம் ஒருமுறை நீர் ஊற்ற வேண்டும்.

சாம்பல் நோய் தென்பட்டால் கந்தகத் தூளை தூவலாம்.

பீர்க்கன்

பீர்க்கங்காயை ஆனி, ஆடி மாதத்தில் விதைக்கலாம். 3 செ.மீ. ஆழக் குழிகளில், குழிக்கு 4 விதைகள் என்ற கணக்கில் ஊன்றலாம். குழிகளுக்கிடையே 4 அடி இடைவெளி விடலாம். பீர்க்கங்கொடியின் வயது 60-75 நாட்களாகும்.

பீர்க்கங்கொடிக்குப் பந்தல் தேவை இல்லை. வேலி, மரம் எங்கு வேண்டுமானாலும் ஏறிப்படரும்.

வாரம் ஒருமுறை நீர் பாய்ச்சினால் போதும்.

பீர்க்கங்காய் அரை அடி முதல் ஒரு அடி நீளம் வரை இருக்கும் பசுமை நிறத்துடன், கூர்மையான வரம்புகளைப் பெற்றிருக்கும். பூக்கள் அழகாக மஞ்சள் நிறம் கொண்டவை.

முளைத்த மூன்று மாதத்தில் பலன் கொடுக்கும். தொடர்ந்து இரண்டு மாதங்கள் காய்களை பறிக்கலாம். 10 ச.மீட்டர் பரப்புக்கு 20 காய்கள் விளைவிக்கலாம்.

ஒரு ஏக்கருக்கு 1 கிலோ விதை தேவை. உங்கள் இடஒதுக்கீட்டைப் பொறுத்து கணக்கிட்டுக் கொள்ளுங்கள்.

விதைப்புக்கு முன் குழியில் தொழு உரம் இடலாம். விதைத்த ஒரு மாதம் கழித்து, குழிக்கு

அமைக்கும் முறைகள் 75

50 கிராம் கணக்கில் அமோனியம் சல்பேட் இடலாம்.

பழ ஈக்கள் பீர்க்கனில் நாசத்தை உண்டு பண்ணும். கொடியில் உள்ள காய்களைப் பறித்துவிட்டு எண்ட்ரின் மருந்து தெளிக்கலாம். டி.டி.டீ. மருந்தும் தெளிக்கலாம்.

பூசணி - பறங்கி

பூசணியும், பறங்கியும் அக்கா தங்கை மாதிரி என்பார்கள். இரண்டுமே காய்கள் பெரிதாக இருக்கும்.

பூசணிக்காய் சாம்பல் பூத்த பசுமை நிறத்தில் சற்றே நீளவாட்டில் காணப்படும். பறங்கிக்காய் அதன் பூவைப்போலவே செம்மஞ்சள் நிறத்தில் இருக்கும்.

பூசணிக்கு சாம்பல் பூசணி, கல்யாணப் பூசணி தடியங்காய் (நெல்லை மாவட்டத்தில்) என்று பல பெயர்கள்.

பறங்கிக்காயை சர்க்கரைப் பூசணி என்றும் சொல்வார்கள். ஆடி, ஆவணியில் விதைக்கலாம். ஏக்கருக்கு 435 கிராம் விதை. உங்கள் தேவையை கணக்கிட்டுக் கொள்ளுங்கள்.

பறங்கி, பூசணியை தனித்தனிக் குழிகளில் ஊன்ற வேண்டும். விதை நடும் குழிகள் ஒரு அடி ஆழம்

உள்ளதாய், வட்டவடிவில் (2 அடி வட்டம்) அமைக்கப்பட வேண்டும். குழியில் தொழு உரம், இரசாயனக் கலப்பு உரங்கள் இடலாம். குழிக்கு 3 விதைகள், பந்தல் தேவை இல்லை. தரையிலேயே படரும்.

தொடக்கத்தில் நீரை மிதமாகத் தெளிக்க வேண்டும். பிஞ்சுவைக்க ஆரம்பித்ததும் தண்ணீர் அதிகம் பாய்ச்ச வேண்டி இருக்கும்.

கொடிகள் 3 மாதத்தில் முழு வளர்ச்சி பெற்று விடும். அதன் பிறகு கொடிகளில் பிஞ்சுவிடும். ஏக்கருக்கு 2000 காய்கள் அறுவடை செய்யலாம். கோ-1, கோ-2 சிறந்த ரகங்கள்.

பூசணி வண்டு வராமல் தடுக்க கால்ஸியம் ஆர்கனேட் மருந்தை, சுண்ணாம்புத் தூளுடன் கலந்து தூவலாம்.

சுரைக்காய்

இதுவும் பூசணி இனத்தைச் சேர்ந்ததுதான். சுரையில் இரண்டு வகை. அவை நீளமான காயும், குடுவை போன்ற காயும் கொடுப்பவை. காய்கள் 60 செ.மீ. நீளம்கூட இருக்கும். குடுவை இனத்தைவிட நீள இனம் நிறையக் காய்க்கும்.

சுரை, விதைத்த மூன்றாம் மாதத்தில் இருந்தே பலன் தர ஆரம்பித்துவிடும். இதற்குப் பந்தல் தேவையில்லை. மரங்களிலும், கூரைகளிலும் ஏறிப்

படரும். வெள்ளை நிறத்தில் பூக்கும். காய்கள் பசுமை நிறத்தில் இருக்கும்.

பூச்சித் தாக்குதலோ, நோய்த்தாக்குதலோ இல்லாத தாவரம் இது.

இலைப் பயிர்கள்

முட்டைக்கோஸ், காலிஃப்ளவர் போன்றவற்றுடன் கீரை வகைகளும் இலைப் பயிர்கள்தாம்.

கீரைகள் அற்பமாகத் தெரிந்தாலும் அற்புதமான பலன்களைக் கொண்டவை. காய்களைப் பார்க்கிலும் சத்துக்கள் அதிகம்.

கீரைகளை ஆண்டு முழுவதும் பயிரிடலாம். கீரைகளில் முளைக்கீரை, தண்டுக்கீரை, அரைக் கீரை, சிறுகீரை, பசலை, புதினா, கொத்துமல்லி, புளிச்சை, பொன்னாங்கண்ணி, மணத்தக்காளி என அனேக வகைகள்.

முளைக்கீரை

இது சுமார் 8 அங்குல உயரம் வளர்ந்திருக்கும். விதைகளை மணலுடன் கலந்து பாத்திகளில் தெளிக்க வேண்டும். தெளித்த பின் மேற்பரப்பில் மணல் தூவி, வைக்கோலால் மூடவேண்டும். (நிழல் தேவை).

பாத்திகளுக்கு பூவாளி கொண்டுதான் தண்ணீர் தெளித்தல் வேண்டும்.

விதைகள் ஓரிரு நாளிலேயே முளைத்துவிடும். கைப்பிடி உயரத்திற்கு மேல் வளரும்வரை அடிக்கடி தண்ணீர் விடக் கூடாது. விதைத்த 15 நாட்களுக்குள் மழை பெய்தால் கீரை அழுகிவிடும். விதை முளைத்த மூன்றாவது வாரத்தில் இருந்து கீரையை பறிக்கத் தொடங்கலாம். வாரத்திற்கு ஒரு முறையாக மூன்று முறை பறிக்கலாம்.

கீரை பறிக்கும்போது நெருக்கமான இடங்களில் உள்ள கீரையை முதலில் பறித்து, பாத்தி முழுவதும் கீரை சீராக இருக்கும்படி செய்யலாம். ஆறு வாரக்கீரை முழு வளர்ச்சி பெற்றது. பூக்கிறவரைதான் கீரைக்கு மவுசு. பூத்துவிட்டால் போச்!

தண்டுக்கீரை

இதனை கீரைத்தண்டு என்றும் சொல்வார்கள். இதன் வளர்ச்சி 6 மாத காலம்.

விதைகள் மிகச் சிறியதாயிருக்கும். மணல் கலந்த மண் வகையில் பயிரிட நல்ல மகசூல் கிடைக்கும். கடினமான பூமியில் நன்கு வளராது.

தண்டுக்கீரை விதைகளையும், முளைக்கீரை விதையைப் போலவே பாத்திகளில் தெளிக்க வேண்டும்.

கீரைகள் நெருக்கமாக இருந்தால் பிடுங்கி வரிசையில் (2 அடிக்கு ஒன்றுவீதம்) நடலாம்.

ஆரம்பத்தில் மிதமாகத் தண்ணீர் விடவேண்டும். தண்டாகி வளரும்போது அடிக்கடி தண்ணீர் விடவேண்டி இருக்கும். விதைத்த இரண்டாவது மாதத்தில் இருந்து பயன்படுத்தலாம்.

விதைகளுக்காக விடப்பட்ட தண்டுகளைத் தவிர மற்றவற்றை பூப்பதற்கு முன்பாகப் பிடுங்கி விடவேண்டும்.

தண்டுக் கீரையை பாத்தியில் பார் பிடித்து நடலாம்.

அடி உரமாக தொழு உரம் இடலாம். வியாபார ரீதியாகப் பயிரிடுவோர் இரசாயன உரங்களையும் பயன்படுத்தலாம்.

அரைக்கீரை

மிகக் குட்டையாகவே வளரும். சொல்லப்போனால் தரையோடு தரையாகப் படர்ந்திருக்கும்.

அரைக்கீரையை தண்டுக் கீரை மாதிரி பிடுங்கி நடுவது இல்லை. நேரடி விதைப்போடு சரி.

கீரை விதை போலவே, சின்னதாய், கருப்பாய் விதைகள் இருக்கும்.

மண்ணைக் கொத்தி, எரு கலந்து சமப்படுத்த வேண்டும். பின்பு பாத்தி அமைக்க வேண்டும்.

விதைகளை ஒரே சீராக தெளித்து மண் கொண்டு மூடவும்

பாத்தி நனைகிற அளவு தண்ணீர் போதும். தண்ணீரை ஊற்றக் கூடாது. கையாலும் தெளிக்கக் கூடாது. பூவாளியையே பயன்படுத்த வேண்டும்.

முளைக் கீரையை வேரோடு பறிப்போம். அரைக் கீரையை கிள்ளி எடுத்துக் கொள்ளலாம். மீண்டும் அவை தளிர்க்கும். இரண்டு வாரங்களுக்கு ஒருமுறை கீரை பறிக்கலாம். ஆறு மாதம்வரை பயன் தரும். பின்பு பூத்துவிடும்.

ஆண்டுக்கு இருமுறை அரைக் கீரையை பயிர் செய்யலாம். அரைக் கீரையின் விதை கொண்டு தைலம் தயாரிக்கிறார்கள். உடம்பை குளுமையாக வைத்துக்கொள்ள உதவும்.

சிறுகீரை

கோடையில் பயிர் செய்வது. செடி நேராகவும், குட்டையாகவும் வளரும். இலைகள் பச்சையாய், சிறியவையாக இருக்கும். விதைத்த மூன்றாவது வாரத்தில் அறுவடைக்கு வரும். வாரம் ஒருமுறை என ஆறு முறை அறுவடை செய்யலாம். நான்கு அங்குல உயரமே வளரும், இதன் மொத்த வயது இரண்டு முதல் இரண்டரை மாதங்கள்தாம். பயிரிடும் முறை தண்டுக் கீரையில் உள்ளது போன்றதே.

பசலை

செடிப் பசலை, கொடிப் பசலை என இரண்டு வகை.

செடிப் பசலை சுமார் ஆறு அங்குல நீளம், தடிப்பாக இருக்கும். கொழ கொழப்பு உடையது. கீரையை கையாள் கிள்ளி எடுக்கலாம். பத்து நாட்களுக்கு ஒருமுறை நான்கு மாதங்கள் வரை கீரை கிடைக்கும்.

கொடிப் பசலையில் சிகப்பு, வெள்ளை என இரண்டு வகை உண்டு. 20 செ.மீ. நீளமுள்ள கிளைத்துண்டுகளை வேலி ஓரமாக செருகி வைத்தால் படரும். மரங்களிலும் சுற்றிக்கொண்டு படரும். நீங்கள் பந்தலிட்டும் அதில் படரவிடலாம்.

இலை வட்டமாக, தடிப்பாக இருக்கும்.

கொடி இரண்டு மாதங்களில் படர்ந்துவிடும். ஐந்து அல்லது ஆறு மாதம் வரை கீரையைக் கிள்ளலாம். பூத்த பின் விதைகள் உதிர்ந்து, தானே முளைக்கும்.

புதினா

கொடிபோல் படரும். 'கீரைக்கும் வாசம் உண்டு' என்று சொல்ல வைக்கும். மண்ணில் நெடுகவும் வேர்விட்டுப் படரும். வேர்களை ஒடித்து எடுத்து வந்து வேறிடத்தில் பயிரிட முடியும். ஒரு சாண்

இடைவெளியில் ஊன்றிப் பயிர் செய்யலாம். கீரையை மட்டும் அவ்வப்போது பறித்துக் கொள்ளலாம்.

சமவெளிப் பிரதேசத்தில் தை-பங்குனிப் பட்டத்தில் பயிர் செய்யலாம். மலைப் பிரதேசங்களில் சித்திரை-ஆவணி வரையும் பயிர் செய்கிறார்கள். நீர் அதிகம் தேவைப்படாது. நிழல் தேவைப்படும்.

நட்ட ஒரு வாரத்தில் வேர் பிடித்து வளரும். வாரம் ஒருமுறை நீர் பாய்ச்சினால் போதும். நட்ட மூன்றாம் நாளில் இருந்து நீர் பாய்ச்சுவது அவசியம்.

பூசணம், பூச்சித் தாக்குதல் கிடையாது. பயிர்ப் பாதுகாப்பாக டி.டி.டீ. 50 சதம் மருந்தை நீரில் கலந்து தெளிக்கலாம்.

புதினா சட்னிதான் நமக்குப் பழக்கம். வாசனைத் தைலம், பெப்பர்மிண்ட் ஆயில், பற்பசை, மிட்டாய் தயாரிப்புகளிலும் புதினா உபயோகமாகிறது.

கொத்துமல்லி

சமையலில் வாசனை சேர்ப்பதுடன், சத்துள்ளதும் கூட.

கொத்துமல்லி விதையை முதல்நாள் இரவு தண்ணீரில் ஊறவைத்து, மறுநாள் காலை

விதைத்தால் சுலபமாய் முளைக்கும். (இரண்டாக உடைத்த விதைகளைப் பாத்தியில் தெளிக்கவும்).

பத்து ச. மீட்டர் பாத்திக்கு அரைக்கிலோ விதை தேவைப்படும். மூன்று மாதப் பயிர் இது. முளைத்த மூன்றாவது வாரத்தில் இருந்து ஆறாவது வாரம் வரை, கீரை அறுவடை செய்யலாம்.

கொத்துமல்லிச் செடி ஒரே சமயத்தில் பூவும், காயுமாய் காணப்படும்.

கோடையோ, மழையோ எந்த நாளிலும் பயிரிட லாம். மாதம் ஒரு பாத்தி என்று பிரித்து விதைத்தால் ஆண்டு முழுவதும் பயன்பெற முடியும்.

பயிரிடும் முறை முளைக் கீரை பயிரிடுகிற மாதிரிதான்.

புளிச்சைக்கீரை

புன்செய்ப் பயிர் இது. மற்ற தானிய வகை களோடு ஊடு பயிராகச் செய்வார்கள். நீங்கள் இதனை தோட்டப் பயிராகச் செய்யலாம்.

நாற்று நட்டுப் பயிராவது. விதை முளைத்து அரை அடி உயரம் வளர்ந்ததும், கன்றுகளைப் பிடுங்கி வரப்பு பிடித்த பாத்திகளில் நடலாம். ஓரடி இடைவெளியில் நடவேண்டும். வாரம் ஒருமுறை நீர் பாய்ச்சினால் போதும்.

கீரை சமையலுக்கு என்றால், தண்டு, நார் திரிக்கப் பயன்படும்.

புளிச்சைக் கீரையை ஆண்டு முழுவதும் எல்லா மண்ணிலும் பயிரிட முடியும்.

பச்சை, சிகப்பு என இரண்டு ரகங்கள்.

அடி உரமாகத் தொழு உரம் போடலாம். மேலுரமாக அமோனியம் சல்ஃபேட் (விதைத்த 4 வாரங்களுக்குப் பிறகு) போடலாம்.

தேவையானபோது களை எடுத்துக் கொள்ளலாம்.

இதன் வயது 3 மாதங்கள்.

பொன்னாங்கண்ணி

பச்சை, சிகப்பு என இரண்டு ரகங்கள். சிகப்பு ரகத்தைத்தான் சீமைப் பொன்னாங்கண்ணி என்பார்கள்.

செடியில் இருந்து 4-5 அங்குல நீளத் தண்டுகளை எடுத்து வரிசையாக நடலாம்.

நட்ட ஒரு மாதத்தில் அடர்த்தியாக மண்டிவிடும். இலைகள் சிறியதாகவும், கொஞ்சம் நீண்டும் பச்சைப்பசேல் என்று காணப்படும்.

உங்களுடைய தோட்டத்தில் ஒருமுறை பயிர் செய்துவிட்டால் பின்னர், தானே பரவிவிடும். இதன் வளர்ச்சிக்குத் தேவை ஈரந்தான். நீர் ஓடும் இடத்திற்கு பக்கமாய் செழித்து வளரும்.

கீரையை மேலாகக் கிள்ளி சமையலுக்குப் பயன்படுத்தலாம்.

சீமைப் பொன்னாங்கண்ணி தரையிலேயே படர்ந்து வளரக்கூடியது. கொழுந்துகள் கருமை கலந்த சிகப்பு நிறத்தில் இருக்கும்.

2 அங்குல நீளமுள்ள கொழுந்துகளை 2 அங்குலத்திற்கு ஒன்றாக நடலாம். நட்ட 15 நாளில் நன்றாகத் தழைத்துவிடும். கையினால் கிள்ளியோ, கத்தரியால் கத்தரித்தோ கீரையை எடுக்கலாம். கிள்ளக் கிள்ள, கத்தரிக்கக் கத்தரிக்க தளிர்த்துக் கொண்டே இருக்கும். நான்கு ஐந்து மாதங்களில் பூக்கும்.

விதை எடுத்துப் பயிரிட வேண்டிய அவசியம் இல்லை.

மணத்தக்காளிக் கீரை

நீங்கள் இதை மெனக்கெட்டு பயிர் செய்ய வேண்டியது இல்லை. தானே முளைக்கும், வளரும். தோட்டத்தில் வளர அனுமதித்தால் போதும்.

மணத்தக்காளிச் செடி மூன்றடி உயரம் வரை வளரும். அடர்த்தியான இலைகளோடு, மெல்லிய கிளைகளோடு செழித்து வளரும். வளமான மண்ணில் பிரமாத வளர்ச்சி காட்டும்.

இலை, காய் இரண்டுமே பயன்படும். உங்களுக்குத் தெரியுமே.

முட்டைகோஸ்

தமிழகத்தில் ஒருசில இடங்களில் மட்டுமே பயிரிடப்படுவது. இது, குளிர்ந்த மலைப் பிரதேசத்தில் நன்கு விளையும். இப்போதெல்லாம் சமவெளிப் பிரதேசத்திலும் முட்டைகோஸ் பயிரிடுகிறார்கள். இதற்கு மிதமான மழையும், மிதமான தட்ப வெப்பமும் தேவை.

உங்கள் வீட்டுத் தோட்டம் மணற்பாங்கான இருமண் கலப்பு உடையதாயின், நீங்களும் முட்டைகோஸை விளைவிக்க முடியும். தோட்டத்தை நன்றாகக் கொத்தி பசுந்தாள் உரம் இட்டு வைக்கவும். பாத்திகளை தண்ணீர் தேங்காதபடி மேடாக அமைக்கவும்.

முட்டைகோஸ், நாற்று விட்டு, இடம் மாற்றி நடவேண்டிய பயிர் ஆகும். விதைகள் கடுகின் அளவாக இருக்கும். 10 கிராம் விதை விதைத்தால் 450 நாற்றுகள் கிடைக்கும். பண்படுத்தப்பட்ட பாத்தி ஒன்றில் விதைகளை மணலுடன் கலந்து சீராகத் தெளிக்க வேண்டும். பின்னர், பூவாளியால் இலேசாகத் தண்ணீர் விடவேண்டும்.

விதைகள் ஐந்து நாளில் முளைவிடும். 25-30 நாட்களில் அவற்றைப் பிடுங்கி வேறிடத்தில் நடலாம். நடும்போது வரிசைக்கு வரிசை, பயிருக்கு பயிர் இரண்டடி இடைவெளி விடவேண்டும்.

நாற்று நட்ட சில நாளில் கொத்தி விட வேண்டும். கன்றுகள் அரை அடி உயரம் வளர்ந்ததும் மண் அணைத்தல் வேண்டும். முட்டைகோஸ் 3-4 மாதங்களில் பலன் கொடுக்கும். செடிக்கு ஒரு கோஸ்தான் கிடைக்கும். கோஸ் வளரும் பாத்தியில் எப்போதும் ஈரநைப்பு இருக்க வேண்டும். இரண்டு நாளைக்கு ஒருமுறை தண்ணீர் தெளிக்கலாம். களை எடுப்பது அவசியம்.

சிறந்த பலன் கிடைக்க இரசாயன உரங்களான அமோனியம் சல்பேட், சூப்பர் பாஸ்பேட் போன்றவற்றை பயன்படுத்தலாம்.

கோஸ் கம்பளிப் பூச்சி தாக்குதலில் பாதிக்கப்படும். கோஸின் இலைகளின் மீது (முதலில் வரும் நான்கைந்து இலைகளே விரிந்திருக்கும். பின்னர் வரும் இலைகள் மொத்தையாய் திரட்சியுற்றிருக்கும்) தேயிலைக் கப்பியும், சோப்பு நீரும் கலந்த கலவையைத் தெளிக்கலாம். அல்லது மாலத்தியான் மருந்தை நீரில் கலந்து ஸ்ப்ரே செய்யலாம்.

காலிஃப்ளவர்

காலிஃப்ளவரும் முட்டைகோஸ் இனத்தைச் சேர்ந்ததே. இதற்கும் அதே சாகுபடி முறைதான். மலைப்பிரதேசப் பயிர் என்றாலும் ஆனி, ஆடி மாதங்களில் சமவெளிகளிலும் பயிரிடலாம்.

காலிஃபிளவருக்கு ஈரநைப்பு அவசியம். பத்து ச. மீட்டர் அளவு பயிரிட இரண்டு கிராம் விதைகள்

போதும். முட்டைகோஸைப் போல் இதன் விதைகளை மேலாக ஊன்றுவதில்லை. சுமார் 4 செ.மீ. ஆழத்தில் விதையினை ஊன்ற வேண்டும்.

விதை முளைத்து 4 இலைகள் விட்டவுடன் கன்றுகளைப் பிடுங்கி, இடம் மாற்றி நட வேண்டும். நடும்போது, கன்றின் ஆணிவேரை மடிக்காமல் நேராக, ஆழ்ந்து நடுதல் வேண்டும்.

செடிக்குச் செடி ஒரு அடியும், வரிசைக்கு வரிசை ஒன்றரை அடியும் இடைவெளி விடவேண்டும். அடிக்கடி நீர்பாய்ச்ச வேண்டும். ஆனால் நீர் தேங்கக் கூடாது.

செடி வளரும்போது கொத்தி விடுவதும், மண் அணைப்பதும், பூக்கும் தருணத்தில் பூவில் வெளிச்சம் படாதபடி மூடுவதும் அவசியம். வெளிச்சம்பட்டால் பூவின் வெண்மை நிறம் மாறிவிடும்.

நான்கு மாதங்களில் பலன் கொடுக்கும். பத்து ச.மீ. பாத்தியில், இருபது கிலோ அளவு மகசூல் கிடைக்கும்.

அமோனியம் சல்பேட், சூப்பர் பாஸ்பேட் உரங்களைப் பயன்படுத்தலாம்.

12
கிழங்கு இனப் பயிர்கள்

முள்ளங்கி

சத்து நிறைந்த காய்கறிகளில் குறிப்பிடத்தக்க ஒன்று இது. இதன் விதைகள் கடுகு போன்று இருக்கும்.

மண்ணை நன்றாகக் கொத்தி, தொழு உரத்தை கலந்துகொள்ள வேண்டும். பிறகு, சிறு சிறு வரப்புகளாகக் கட்டவும். குழிக்குக் குழி அரை அடி இடைவெளியில் வரப்புக்கு வரப்பு ஒரு அடி இடைவெளியுடன் இருக்க வேண்டும். குழியில் அரை அங்குல ஆலத்தில் இரண்டிரண்டு விதைகளாக ஊன்றவும்.

மூன்று நாளில் முளை வரும். முப்பது நாளில் பலன் கொடுக்கும். எனவே, தனிப் பயிராக செய்ய வேண்டும் என்பதில்லை. கத்தரி, வெண்டைக்கு மத்தியில் ஊடு பயிராகவும் செய்யலாம்.

மழைக்காலத்தில் நன்கு விளையும். சிறிய அளவில் பயிர் செய்கிறவர் கோடையில் செய்தால் பிரச்சினை இல்லை. எந்த மண்ணிலும் விளையும். வாரம் ஒருமுறை நீர் பாய்ச்ச வேண்டும். நீர் மட்டும் தேங்காதபடி பார்த்துக் கொள்ளுங்கள்.

முள்ளங்கிக்கு தொழுஉரம் போதும். விதை முளைத்த ஒரு வாரத்துக்குப் பிறகு, கரைத்த எரு இடலாம்.

உருளை

சத்துக்களை அதிக அளவில் பெற்றிருப்பதால் உருளையை ஒரு முழுமையான உணவு என்றே சொல்வார்கள்.

மலைப்பிரதேசப் பயிர் இது. செம்மண் கலப்புள்ள தோட்டத்தில் பயிரிடலாம். களிமண், கரிசல் மண் உள்ள இடங்களில் பயிராவதில்லை. நம் நாட்டில் மைசூரிலும், நீலகிரி, சேலம், மதுரை மாவட்டங்களிலும் உருளைக் கிழங்கை சாகுபடி செய்கிறார்கள்.

நீங்கள் உருளைக் கிழங்கை உங்களுடைய தோட்டத்தில் பயிரிட விரும்பினால், நிழல் இல்லாத இடத்தை தேர்ந்து கொள்ளுங்கள். புரட்டாசி, ஐப்பசியில் பயிரிடுங்கள்.

உருளைக்கிழங்கு விதைப்பிற்கு 1-2 மாதங்கள் முன்பாகவே நிலத்தை தயார் செய்துவிட வேண் டும். அந்த நிலத்தில், கல், கட்டி தாவரங்களின் வேர்கள் இருந்தால் அவற்றை அப்புறப்படுத்தி விடுங்கள். நன்கு மக்கிய தொழு உரத்தை பரவலாக வீசி மண்ணை நன்றாகக் கொத்திவிட வேண்டும்.

விதைக்கிழங்கு நோய்த் தொற்று இல்லாததாய் இருக்க வேண்டும். விதைக்காக சேகரித்த கிழங்கை மூன்று மாதங்களுக்குள் விதைத்துவிட வேண்டும்.

நடுவதற்கான பாத்தியில் வரிசையாக சிறு வரப்புகளை அமையுங்கள். வரப்புகளுக்கு இடையே இரண்டடி இடைவெளி இருக்கட்டும். வரப்பின் உயரம் 5 அங்குலமாக இருக்கலாம். கிழங்குகளை ஒன்றுக்கு மற்றது ஓரடி இடைவெளி இருக்கும்படி பார்த்துக் கொள்ளுங்கள். வரப்பு களின் நடுவே உள்ள வாய்க்காலில் விதைக் கிழங்குகளை 3-4 அங்குல ஆழத்தில் ஊன்றுங்கள். குழியை மூடும்போது கைப்பிடி சாண எருவை இட்டு மூடலாம்.

நட்டு வைத்த கிழங்குகள் பத்து நாளில் முளைத்து விடும். செடி 6 அங்குல உயரம் வளர்ந்த தும் களை கொத்தி, மண் அணைப்பு கொடுங்கள்.

சில வாரங்களுக்குப் பிறகு (பயிர் நன்கு வளர்ந்ததும்) மற்றொரு முறையும் மண் அணைக்க வேண்டி இருக்கும்.

பாத்திகளில் ஈரம் இல்லாதபோது தண்ணீர் பாய்ச்ச வேண்டும். அதிகத் தண்ணீர் ஆகாது. வடிகால் வசதி அவசியம்.

உருளைச்செடி மூன்று, நான்கு மாதத்தில் அறுவடைக்குத் தயார் ஆகிவிடும். செடிக்கு நாலைந்து கிழங்கு வீதம் கிடைக்கும். நல்ல மகசூல் பெற, அமோனியம் சல்பேட் போன்ற இரசாயன உரங்களையும் பயன்படுத்தலாம். செடி சுமார் 8 அங்குல உயரம் வளர்ந்த பின் மேற்படி உரத்தைப் போடலாம்.

கிழங்குகளை எடுப்பதற்கு முன் தண்ணீர் விடக் கூடாது. பாத்தி நன்கு காய்ந்திருக்க வேண்டும். களைக்கொட்டை பயன்படுத்தி கிழங்குகளை அகழ்ந்தெடுங்கள்.

உருளைக் கிழங்கில் அதிகம் பாதிப்பேற் படுத்துவது பூசணம்தான். இந்நோயின் அறிகுறியாக இலைகளில் பழுப்பு நிறத்தில் புள்ளிகள் விழும். மயில் துத்தக் கலவையை (Bordeaux mixture) கைத்தெளிப்பான் மூலம் தெளிக்கலாம்.

காரட்

மலைப் பிரதேசத்தில் பயிராகும். மணற்பாங் கான தோட்டத்திலும் பயிரிடலாம். பொதுவாக, குளிர்நிலப்பகுதிக்கு மட்டுமே ஏற்றது. சமவெளிப் பிரதேசத்தில் பயிரிட விரும்புகிறவர்கள் குளிர் காலத்தில் சாகுபடி செய்ய வேண்டும். ஆவணி, புரட்டாசி நல்ல பருவம்.

காரட், மூன்று மாதத்தில் பலன் தரும் பயிர்.

நீங்கள் 10 சதுர மீட்டர் பாத்திக்கு 15 கிராம் விதைகள் பயன்படுத்தினால் போதும். 40 கிலோ மகசூல் பெறலாம்.

காரட் நடுவதற்கு வரிசைக்கு 30 செ.மீ. இடைவெளியும், செடிக்குச் செடி 15 செ.மீ. இடைவெளியும் விடவேண்டும். பாத்தியிலும் விதைக்கலாம். பார் பிடித்தும் விதைக்கலாம்.

காரட்டிற்கு நீர்த்தேவை அதிகம். வாரம் ஒருமுறை தவறாமல் நீர் பாய்ச்ச வேண்டும்.

விதைகள் இரண்டு வாரத்தில் முளைத்துவிடும், தழை கொத்துமல்லி போல் இருக்கும்.

மூன்று மாதத்தில் காரட்டை அறுவடை செய்யலாம்.

காரட்டிற்கு வெய்யில் ஆகாது. அதே மாதிரி வேர்ப்பகுதியில் ஈரப்பிடிப்பும் ஆகாது.

காரட் பயிரிடுகிற மண், சுமார் ஒன்றரை அடி ஆழத்திற்கு பொலபொலவென்று இருக்க வேண்டும். மண் கடினமாக இருந்தால் கிழங்கின் வளர்ச்சி தடைப்படும்.

மண் ஈரமாக இருக்கும்போதுதான் காரட்டை செடியோடு பிடுங்க வேண்டும்.

இரசாயன உரம் பயன்படுத்தி அதிக மகசூல் பெறலாம்.

நோய் விழுந்தால் 'சினெப்' என்ற மருந்தையும், பூச்சித் தாக்குதலைக் கட்டுப்படுத்த 'மாலத்தியான்' மருந்தையும் உபயோகியுங்கள். மாலத்தியானுடன் நீர் கலந்து கைத்தெளிப்பான் மூலம் தெளிக்க வேண்டும்.

பீட்ரூட்

எல்லாப் பருவங்களிலும் பயிரிடலாம். குளிர்ப் பிரதேசப் பயிர். தோட்டத்தில் பயிரிடுவதெனில்

ஐப்பசி, கார்த்திகை மாதங்கள் ஏற்றது. மணற் பாங்குடன் இருமண் கலப்பு நிலமாக இருப்பது அவசியம்.

தோட்டத்தை நன்றாகக் கொத்தி, நன்கு மக்கிய தொழு உரம் கலக்கவும். பீட்ரூட்டை நாற்று விட்டு நடுவதே நல்லது.

பாத்தி பிடித்து, வரப்புகளில் அரை அடிக்கு ஒன்றாக விதையை ஊன்றவும். விதைகளை ஒன்றரை அங்குல ஆழத்தில் ஊன்ற வேண்டம். வரப்புகளுக்கிடையே ஓரடி இடைவெளி விடவும்.

10 சதுர மீட்டருக்கு 30 கிராம் விதை தேவைப்படும். மகசூல் 30 கிலோவாக இருக்கும்.

விதைத்த 10 நாட்களில் முளை காட்டும். இரண்டரை மாதங்களில் பலன் கிட்டும்.

பீட்ரூட்டில் க்ரீம்சன், பெட்ராக், ப்ளாக்கெட், ஸ்பியர் என்று பல ரகங்கள் உண்டு.

கருணைக் கிழங்கு

சமையலுக்கு மட்டுமின்றி மருந்தாகவும் பயன்படுவது. தோட்டத்தைக் கொத்தி, தொழு உரமிட்டு சமப்படுத்த வேண்டும். விதைக்காக சேமித்த கிழங்குகளில் முளை தோன்றி இருக்கும். அம்முளைகளை இரண்டடிக்கு ஒரு குழியிட்டு அதில் ஊன்ற வேண்டும். சில நாட்களில், முளை தரைக்கு மேல் தலைகாட்டும்.

கருணைப் பாத்தியைக் கொத்தி களைகளை அகற்றுவது அவசியம்.

கிழங்கின் தண்டு சுமார் ஒன்றரை அடி உயரம் வளர்ந்து கிளைவிடும். இலைகள் வித்தியாசமான தோற்றத்தில் இருக்கும். செடி அதிகபட்சம் இரண்டரை அடி உயரத்திற்கு வளரும்.

ஆடி மாதத்தில் விதை ஊன்றினால், பங்குனி மாதத்தில் கிழங்குகள் நன்கு பழுத்து விட்டிருக்கும். கிழங்கு எடுப்பதற்கு ஒரு மாதம் முன்பே தண்ணீர் விடுவதை நிறுத்திவிட வேண்டும். மண் கெட்டி யாகி விடுவதால், பாறை கொண்டு தரையைக் கிளறி கிழங்குகளை எடுக்க வேண்டும். கருணை சிறிய உருண்டை வடிவில் இருக்கும். பெரிய கிழங்கை 'தாளி' என்பார்கள்.

சேனைக் கிழங்கு

இதுவும் கருணைக்கிழங்கின் இனந்தான். ஆனால், கிழங்குகள் மிகப் பெரிதாக இருக்கும். ருசியிலும் மாறுபடும். கருணைக் கிழங்குபோல் 'காறல்' இருக்காது.

எல்லாப் பருவத்திலும் பயிரிடலாம். ஒன்பது மாதப்பயிர். பயிரிடும் மண் பொலபொலவென்று இருத்தல் வேண்டும். தொழு எரு இடலாம். விதைக் கிழங்கின் முளைப்பாகத்துடன், கொஞ்சம் கிழங்குத் துண்டும் இருக்கும்படியாக வெட்டி

மண்ணில் ஊன்ற வேண்டும். இரண்டடி ஆழக்குழி போட்டு ஊன்றவும்.

சேம்பு

நீர்வளமுள்ள தோட்டக்காலில் பயிர் செய்யலாம். கருணை மாதிரி முளைவிட்ட கிழங்கையே ஊன்றவும். ஆறு மாத வளர்ச்சி இதற்கு உண்டு.

ஏழு நாட்களுக்கு ஒருமுறை தண்ணீர் விடவேண்டும்.

மண்ணைக் கொத்தி எருவிட்டு பாத்தி பிடிக்க வேண்டும். இரண்டரை அடி இடைவெளியில் விதைக் கிழங்கை ஊன்றவும். ஆறுமாத வளர்ச்சி இதற்கு உண்டு.

ஏழு நாட்களுக்கு ஒருமுறை தண்ணீர் விடவேண்டும்.

இஞ்சி

சமையலுக்கு வாசனை ஊட்டுவதோடு மருந்துப் பொருளாகவும் பயன்படும்.

இஞ்சியைப் பெரிய அளவில் பயிரிடுகிறதில்லை. எனினும், இது ஒரு அத்தியாவசியமான துணைப்பொருள் என்பதால், பயிரிடும் முறையை நீங்கள் தெரிந்துகொள்வது நல்லது. உங்கள் தேவைக்கேற்ற அளவு, தோட்டத்தில் ஒரு சிறிய பாத்தியை இஞ்சிப் பயிரிட ஒதுக்கலாம்.

இது, மணற்பாங்கான இடத்தில் பயிராவது. எனவே, ஓரடி சதுரம், ஓரடி ஆழம் குழி தயார் பண்ணிக் கொள்ளுங்கள். நன்றாக முற்றிய இஞ்சிக் கிழங்குகளை மணல் பரப்பி அதன் மீது வையுங்கள். இஞ்சியின் மீது மூன்றங்குல மணலைப் போட்டு மூடிவிடுங்கள். அவ்வப்போது நீர் தெளிப்பது அவசியம்.

சுமார் 2 மாதத்தில் முளையிட்ட இஞ்சி திரட்சியோடு காணப்படும்.

தை, மாசியில் தயார் செய்கிற விதைக் கிழங்கை வைகாசி வாக்கில் பாத்திகளில் ஊன்ற வேண்டும்.

பாத்தியை தங்கள் இடவசதிக்கேற்ப, தேவைக் கேற்ப அமைக்கவும்.

களிமண் பூமியாயின், ஓரடி மண்ணை வெட்டி அகற்றிவிட்டு வண்டல், தொழு உரம் கலந்து நிரப்பிக் கொள்ள வேண்டும்.

பிறகு, சிறு சிறு வரப்புகள் கட்ட வேண்டும். வரப்புகள் சுமார் 9 அங்குல உயரம் இருக்கலாம். இரண்டு வரப்புகளுக்கு இடையே ஒன்றரை அடி இடைவெளி விடலாம்.

வெங்காயம்

சைவமோ, அசைவமோ சமையலில் பிரதான பங்கு வெங்காயத்திற்குத்தான். மருத்துவ குணமும் இதற்கு உண்டு. இது ஒரு விஷ முறிவும் கூட.

வெங்காயத்தில் அனேக ரகங்கள். உருண்டை, தட்டை, கோழி முட்டை சைஸ் என்று பல வடிவங்கள்.

பொதுவாக வெங்காயத்தை சிறிய வெங்காயம், பெரிய வெங்காயம் என இரண்டு விதமாகத்தான் பிரித்தறிகிறார்கள். பெரிய ராசி வெங்காயம் நீலகிரி, பெங்களூர்ப் பக்கம் பயிராகிறது. சிறிய ராசி வெங்காயம் நாட்டின் பல்வேறு இடங்களிலும் பயிரிடப்படுகிறது.

மணல் கலந்த இருமண் நிலத்தில் நன்கு விளையும். வெங்காயம் பயிரிட வடிகால் வசதி முக்கியம். நீர் தேங்கினால் மொத்த உழைப்பும் வீண். மிதமான நீர் போதும். பாத்திகளில் தொடர்ந்து ஈரம் இருந்தாலும் கெடுதல்தான், வெங்காயம் அழுகிவிடும். வடிகால் அவசியம். கோடையில் பயிரிட்டால் அதிக மகசூல்.

நிலத்தை நன்கு கொத்தி, தொழுஉரம் கலக்கவும். சமப்படுத்தவும். பாத்தி பிரித்தும், வரப்பு அமைத்தும் பயிர் பண்ணலாம்.

விதைக்கான வெங்காயம் மூன்று மாதமேனும் சேமிப்பில் இருந்திருக்க வேண்டும். சுமார் ஒன்றரை அங்குல ஆழத்தில் வெங்காய விதையை ஊன்ற வேண்டும். ஒன்றுக்கொன்று மூன்று அங்குல இடைவெளி விடவும்.

மணற்பாங்கான இடத்தில் பயிரிட்ட வெங்காயம் அதிகபட்ச விளைச்சல் கொடுக்கும்.

வெங்காயம் பெரும் அளவினதாக இருக்கும். களிப்பிடிப்பு மண்ணில் மகசூல் குறையும். வெங்காயத்தின் தோற்றமும் மோசமாகிவிடும்.

நைட்ரேட் தொடர்புடைய தொழுஉரம், பாஸ்பரஸ், சுண்ணாம்புச் சத்து மற்றும் சாம்பல் சத்துள்ள உரங்களும் இடலாம்.

விதைத்த 4-5 மாதத்தில் அறுவடை செய்யலாம்.

பூமிக்கு மேல் நிற்கிற வெங்காயத்தாள் மஞ்சள் நிறம் அடைவதைக் கொண்டே வெங்காயம் பக்குவ நிலைக்கு வந்துவிட்டதை அறியலாம். வெங்காயம் முற்றிய நிலையில் தாள்கள் சாயும். அறுவடைக்கு சில நாட்கள் முன்னதாகவே தண்ணீர் பாய்ச்சுவதை நிறுத்திவிட வேண்டும். ஈரப்பசை அதிகம் இருந்தால் நிறம் கெட்டுவிடும்.

வெங்காயத்தை தாளோடு தோண்டி எடுக்க வேண்டும். பறித்த வெங்காயத்தை இரண்டு மூன்று நாள் காய விட்டுதான் சேமிப்பில் வைக்க வேண்டும். வெங்காயத்துடன் தாளில் அரை அங்குலம் விடுவதால், வெங்காயம் நீண்ட நாள் கெடாமல் இருக்கும்.

வெங்காயத்தை குவித்துப் போட்டு விடக் கூடாது. சமமாகத் தரையில் பரப்பி வைக்க வேண்டும்.

13

மர வகைகள்

கறிவேப்பிலை, முருங்கை, எலுமிச்சை, வாழை, தென்னை போன்றவை மரவகை சார்ந்த காய்கறிப் பயிர்களாகும். தோட்ட மூலைகளிலும், ஓரக்கால் களிலும் இவற்றிற்கு இடம் ஒதுக்கலாம். அப்போதுதான் இவற்றின் நிழல் மற்ற காய்கறிப் பயிர்களை பாதிக்காது.

கறிவேப்பிலை

சமையலுக்கு மணம் ஊட்ட உதவும். கன்று வைத்துப் பயிர் ஆக்கலாம். கொஞ்ச காலத்தில் மரமாகி நிறைய தழை கொடுக்கும். சொந்த உபயோகத்திற்கு ஒரு மரம் போதும். தஞ்சை, திருச்சிப் பகுதிகளில் இதனை வர்த்தக ரீதியில் தோட்டம் முழுவதும் தனிப் பயிராகவும் செய்து கொண்டிருக்கிறார்கள்.

கறிவேப்பிலை மரத்தின் வளர்ச்சியை மற்ற மரங்கள் பாதிக்கக் கூடும். எனவே, இம்மரத்தைச் சுற்றிலும் ஆறடி தூரத்திற்கு வெற்றிடமாக விட்டு வைப்பது நல்லது.

கறிவேப்பிலை கொத்து கொத்தாகப் பழுக்கும். இப்பழங்களையே பறவைகள் விரும்பி உண்ணும். பறவைகள் மூலம் இதன் விதைகள் பரவி ஆங்காங்கு தானாகவே முளைத்துவிடும்.

நீங்கள் கறிவேப்பிலை மரத்தை அதிக எண்ணிக்கையில் பராமரிக்க விரும்பினால் 8-10 அடி இடைவெளியில் கன்றுகளை நடுங்கள்.

கறிவேப்பிலை கிடுகிடுவென்று வளரும், உயரும். வளர்ச்சிக் கட்டத்தின்போது, கன்று களுக்குப் பக்கமாய் கம்பு நட்டு பிணைக்க வேண் டும். அதன் கிளைகள் பலவீனமானவை. பெருங்காற்றை எதிர்த்து நிற்கும் சக்தியற்றவை.

சுமார் ஆறடி உயரம் வளர்ந்ததும் அதன் தலையை 'கட்' பண்ணிவிட்டால் பம்பையாக வளரும். நிறைய கிளைக்கும்.

முருங்கை

இம்மரத்தின் காயும், தழையும் சமையலுக்கு உதவும். மருத்துவ குணம் உண்டு.

முருங்கைக்கு பிரத்யேகக் கவனிப்பு தேவை இல்லை. இதனை இரண்டு விதமாகப் பயிர் செய்யலாம். ஒன்று, விதைகளை ஊன்றுவது மற்றது கிளையை நடுவது.

முளைத்த அல்லது நட்ட மூன்றாம் ஆண்டில் தொடர்ந்து பலன் கொடுக்கும்.

கிளையை நடுவதெனில், கை பருமன் உள்ள கிளையாக (2 முழ நீளம்) தேர்வு செய்து, குழி இட்டு நடவேண்டும். கிளையின் நுனியில் சாணம் பூசி மூடி வைக்கவும். கணுக்கள் தோறும் தளிர்விட்டு வளர ஆரம்பிக்கும். ஐப்பசி, கார்த்திகையில் கிளை நடலாம்.

எலுமிச்சை

இது நாரத்தை இனத்தைச் சேர்ந்தது.

விதை ஊன்றியோ, கன்றாகப் பெற்று வந்தோ பயிர் செய்யலாம். முட்கள் நிறைந்தது.

மூன்றாம் ஆண்டில் காய்க்க ஆரம்பிக்கும். ஆண்டுதோறும் காய்த்துக் கொண்டே இருக்கும். முட்கள் நிறைந்திருப்பதால் தோட்டத்தில் ஒரு பக்கமாகவே இதனை வளர்க்க வேண்டும்.

வர்த்தக ரீதியாகச் செய்வதெனில், தோட்டம் முழுக்க எலுமிச்சங் கன்றுகளை வரிசையில் வைத்துப் பயிர் செய்யலாம். மாதம் தோறும் காய்க்கும். ஒவ்வொரு மரத்தில் இருந்தும் ஆண்டுக்கு ஆயிரம் காய்கள் வரை கிடைக்கும்.

விதையை ஊன்றினாலும், கன்று வைப்பதாயினும் ஒன்றுக்கொன்று பதினைந்து அடி இடைவெளி தேவைப்படும். அடிக்கடி தண்ணீர் பாய்ச்சுவது அவசியம். வேர் ஈரத்தைப் பராமரிக்க பதர், உமி போன்றவற்றை அடி மரத்தைச் சுற்றிப் போட்டு வைக்கலாம்.

ஆண்டுக்கு மூன்று முறை கொத்திவிட்டு உரம் வைக்கலாம்.

'கரிப்பூட்டு' நோய் தாக்கும். கவனியாது விட்டால் கிளைகள் கருகி, சீக்கிரமே மரம் பட்டுப்போகும். பி.எச்.ஸி 10 சதம் மருந்துத் தூளை தூவலாம்.

வாழை

வாழையில் மொந்தன், பேயன், ரஸ்தாளி, பூவன் என்று பல வகைகள் உண்டு.

வாழை பத்து மாதப் பயிர். விவசாயிகளுக்கு இது நல்ல லாபம் தரக்கூடிய பணப்பயிர் (Cash Crop). திருச்சி, தஞ்சை மாவட்டங்களில் ஏக்கர் கணக்கில் வாழைச் சாகுபடி செய்கிறார்கள்.

உங்களுடைய கார்டன் ப்ளானில் வாழைக்கும் கட்டாயம் இடமளியுங்கள். வாழையில் எந்தப் பகுதியும் வீணாவதில்லை. இலை, பூ, காய், பழம், தண்டு, நார் என வாழையின் உபயோகம் ஒன்றா, இரண்டா!

வீட்டில் சமையலுக்காகப் பயிரிடக் கூடியது மொந்தன் வாழை. இதன் காய்கள் நீண்டு, பருமனாயிருக்கும். நான்கு பக்கமும் பட்டையாய், கனத்த தோலுடன் இருக்கும்.

மொந்தன் வாழைக்கு ஏற்றது இருமண் கலப்பு நிலந்தான். தோட்டத்தைக் கொத்தி, மண்ணை சிலநாள் ஆறவிட வேண்டும். மூன்றடி இடை வெளியில் வரப்பு கட்ட வேண்டும். வரப்புகள் ஓரடி உயரம் இருக்கலாம்.

வாழைத் தோட்டத்தில் இருந்து செழுமையான கன்றை வேர்க்கிழங்கோடு பெயர்த்து எடுத்துக் கொண்டு வரவேண்டும். கிழங்குடன் 40 செ.மீ. தண்டு விட்டு கத்தியால் சாய்வாக நறுக்கிக் கொள்ள வேண்டும். தரமான கன்றுகள் அடிபருத்தும், நுனி சிறுத்தும் இருக்கும்.

விதைக் கன்றுகளை, இரண்டு மூன்று நாள் நிழலில் ஆறவிட்டு பிறகுதான் நடவு செய்ய வேண்டும். வரப்பில் இரண்டடி ஆழம் குழி தோண்டி, பத்து அடிக்கு ஒன்றாய் நடலாம். கன்றுகள் பிற்பாடு காற்றில் அலைப்புண்டு சாயாமல் இருக்கவே ஆழக்குழி இடுவது. வாழைக்கன்றை ஊன்றியதும், அதைச் சுற்றி தூள் மண்ணாகப் போட்டு கெட்டிக்க வேண்டும்.

கன்று நட்ட ஒரு வாரத்திற்கு நீர் பாய்ச்ச வேண்டியதில்லை. பிறகு ஒரு மாதம் வரை இரண்டு நாட்களுக்கு ஒருமுறை மிதமாக தண்ணீர் விடவேண்டும். கன்று நன்றாக வளர்ந்த பின் நிறைய தண்ணீர் விடலாம். ஈரம் காயுமளவு கொத்திவிடுவதும் அவசியம். கொத்திய உடனே தண்ணீர் விடக்கூடாது. இரண்டு மூன்று நாள் பொறுத்துதான் விடவேண்டும்.

ஆறு மாதம் கழித்து ஒருமுறையும், எட்டாம் மாத இறுதியில் ஒருமுறையும் எரு வைக்கலாம். உரமாகக் கடலைப் பிண்ணாக்கு வைப்பது உண்டு. இரசாயன உரச் சிபாரிசையும் பின்பற்றலாம்.

மொந்தன் வாழை உயரமாக வளரக்கூடியது. குலை தள்ளியதும் கனம் தாங்காது மரம் சாயக்கூடும். எனவே, மூங்கில் கொம்புகளைப் பயன்படுத்தி முட்டுக் கொடுக்கலாம்.

14
இதர பயிர்கள்

சௌசௌ

கொடி இனத்தைச் சேர்ந்தது. 'பெங்களூர் கத்தரி' என்று சொல்வார்கள்.

இதன் காய்கள் சுமார் ஆறு அங்குல நீளத்திற்கு, அடிபருத்தும், நுனி சிறுத்தும் காணப்படும். கரடு முரடான தோற்றம் கொண்டது. பசுமை மற்றும் மஞ்சள் நிறங்களில் காணப்படும்.

காயின் உள்ளே இருக்கும் ஒற்றை விதை, முற்றிய நிலையில் தானே முளைத்து வெளிப்படும். முள் கிளம்பிய பழத்தை முழுசாக நட்டு வைத்துப் பயிர் செய்வார்கள்.

ஒன்றரை அடி ஆழம், மூன்றடி அகலம் கொண்ட குழிகளில், குழிக்கு ஒரு பழமாக ஊன்ற வேண்டும். ஊன்றுவதற்கு முன்பாக குழியில் எருவிட்டு வைப்பது அவசியம்.

கொடி வளர ஆரம்பித்ததும், பந்தலிட்டு வைத்தால் படர்ந்து காய்க்கும்.

நான்கு மாதத்தில் தொடங்கி ஆண்டு முழுவதும் காய்த்துக்கொண்டே இருக்கும். இது எக்காலத்திலும் பயிரிடக் கூடியதுதான். ஆனால் குளிர்ப்

பிரதேசங்களிலும், மலைப் பகுதிகளிலுமே பயிராகிறது.

பட்டாணி

வெப்பக் குறைவான இடத்தில் பயிர் செய்யப்படுவது. மூன்று மாதப் பயிர். அக்டோபர், நவம்பரில் விதை ஊன்றலாம்.

நன்கு கொத்திய நிலத்தில், மேடாகப் பாத்தி அமைக்க வேண்டும். இதில் சிறு வரப்பு பிரித்து வரப்பின் ஓரங்களில் விதைகளை ஊன்ற வேண்டும். வரிசைக்கு வரிசை 30 ச.மீ. இடைவெளியும், செடிக்குச் செடி 6 செ.மீ. இடைவெளியும் தேவை. விதைகளை 4 செ.மீ. ஆழத்தில் ஊன்றவும்.

வாரம் ஒருமுறை நீர் பாய்ச்சவும்.

பூச்சிகளை அழிக்க மாலத்தியான் மருந்தையும், நோய்த் தடுப்புக்கு டைத்தேனையும் உபயோகிக்கலாம்.

சோயா

குளிர்ப்பிரதேசத்தில் மட்டுமே பயிராகும் என்று நம்பப்பட்ட செடி, தற்போது எங்குமே பரவலாகப் பயிர் செய்யப்படுகிறது. விதைகளை ஊன்றி முளைக்கச் செய்ய வேண்டும்.

காய் ஒன்றிற்கு மூன்று, நான்கு விதைகள் மஞ்சள் நிறத்தில் இருக்கும். நெற்றாக சேமித்து வைத்திருந்து, விதைகளை பயன்படுத்தலாம். சோயா

வில் பல ரகங்கள். இதுவும் அவரையில் ஒரு இனந்தான்.

செடி கால்நடைத் தீவனமாகும். விதைகள் சத்துமிக்கவை. பால், மாவு, எண்ணெய் என்று சோயாவிற்கு பல அவதாரங்கள். நிலப்பரப்பு அதிகம் இருந்தால் (குறைந்தது 25 செண்ட்) கணிசமான லாபம் பெற சோயாவைப் பயிரிடலாம்.

நூல்கோல்

வெப்பம் தாங்கக்கூடியது. உங்களுடைய தோட்டத்தில் தாராளமாகப் பயிரிடலாம்.

'நூல்கோல் ஒரு காய்' என்பவர்களும், கிழங்கு என்று நம்புகிறவர்களும் உண்டு. உண்மையில் இதனை 'தண்டு' என்றுதான் சொல்ல வேண்டும். இதை ஆவணி மாதம் விதைக்க வேண்டும். விதைகள் கடுகளவாக இருக்கும்.

உங்கள் தோட்டத்து மண்ணில் செம்மண்ணையும் கலந்து கொள்ளுங்கள். நன்கு மக்கிய எருவையும் போடுங்கள்.

மண்ணை சமப்படுத்தி பிரியுங்கள். வரிசைக்கு ஒரடியாக இடைவெளிவிட்டு, சிறுசிறு வரப்புகளை அமையுங்கள். விதைகளை அரை அடிக்கு ஒன்றாக ஊன்றுங்கள்.

செடி முளைத்து 15 நாட்கள் சென்றதும் கொஞ்சம் தொழு உரம் இடுங்கள்.

இருமுறை களை கொத்துவதும் அவசியம். செடியின் வேர்ப்பகுதிக்கு சேதம் இல்லாமல் களைக் கொத்து கொண்டு கொத்த வேண்டும்.

செடியின் தலைப்பகுதியில் தண்டு பருத்து காய் போல் ஆகும். செடிக்கு ஒரு காய் (தண்டு!).

மூன்று மாதத்தில் அறுவடைக்குத் தயாராகும். நூல்கோல் உருண்டை, நீள வடிவத்தில் கிடைக்கும். ரகங்களைப் பொறுத்தது. வெள்ளை அல்லது ஊதா நிறத்தில் இருக்கும்.

தொட்டிகளில் ஒரு மினி தோட்டம்

இடப்பற்றாக்குறை உங்கள் பிரச்சினையா? கவலையை விடுங்கள். இருக்கவே இருக்கிறது மண் தொட்டிகள். மண்பாண்டம் செய்கிறவர்கள் தயாரிக்கிற சுட்ட மண் தொட்டிகளையோ, சிமெண்ட் பொருள்களைத் தயாரிக்கிறவர்களிடம் கிடைக்கிற சிமெண்ட் தொட்டிகளையோ வாங்கி வாருங்கள். பெரிய தொட்டிகள் கிடைக்காத நிலையில் பூந்தொட்டிகளையும் பயன்படுத்தலாம்.

தொட்டிகளை மணல், செம்மண், களிமண் கலந்து நிரப்புங்கள். மக்கின எருவையும் ஒரு பங்காக சேர்த்துக் கொள்ளுங்கள். தொட்டியின் விளிம்புவரை மண்ணால் நிரப்பி விடாதீர்கள். இரண்டு அங்குலம் குறைவாக இருக்கட்டும். (தொட்டிகளின் அடிப்பாகத்திலும், பக்கவாட்டி லும் சிறு துளைகள் இருக்க வேண்டும்).

தொட்டியின் துளை வழியேதான் நாம் ஊற்றுகிற தண்ணீரின் மிச்சம் வெளியேற வேண்டி இருக்கும். தொட்டிக்குள்ளாக தண்ணீர் இருந்துகொண்டே இருந்தால் வேர் அழுகும். செடி அவ்வளவுதான்.

முதலில், சிறிய பூந்தொட்டிகளில் விதைகளை ஊன்றி முளைக்கச் செய்யுங்கள். செடி, பறித்து நடுகிற அளவு வளர்ச்சி பெற்றதும் பெரிய தொட்டிக்கு மாற்றுங்கள்.

தொட்டியில் எல்லா வகைச் செடிகளையும் வளர்த்துவிட முடியாது. அதிக வளர்ச்சி இல்லாத, வேர்கள் அதிகம் இல்லாத பலவீனமான தாவரங்களையே வளர்க்க முடியும்.

செடி, எதிர்பாராத அளவு வளர்ந்துவிடுமாயின் வேறு பெரிய தொட்டிக்கு மாற்ற வேண்டும். அந்நிலையில் செடியை கவனத்துடன், மெதுவாகப் பிடுங்க வேண்டும். வேர்கள் அறுந்துவிடக் கூடாது. செடியைப் பிடுங்குவதற்கு சில மணி நேரம் (1-3 மணி) முன்பாக நீர் ஊற்றி, மண்ணை ஊற விடவேண்டும். அப்போதுதான், செடியை சேதமில்லாமல் எடுக்க முடியும்.

செடி மாற்றத்திற்குரிய தொட்டியை முன்பே கழுவி சுத்தமாக வைத்திருக்க வேண்டும். செடி மாற்றுகிறபோது தொட்டி ஈரமாக இருக்கக் கூடாது. ஆனால் தொட்டியில் உள்ள மண் மட்டும் ஈர நைப்புடன் இருக்க வேண்டும்.

விதைகளைத் தொட்டியின் ஆழத்தில் ஊன்றக் கூடாது. சற்று மேலாகத்தான் ஊன்ற வேண்டும்.

ஊன்றிய விதைகளின் மீது சிறிது மண்ணை இலேசாகத் தூவி மூட வேண்டும்.

தொட்டியில் நாற்றுக்கள் வளரும்போது, மிதமான அளவே தண்ணீர் விட்டு வாருங்கள். நாற்றுக்கள் ஒரு சாண் வளர்ந்ததும் வேறு தொட்டிக்கு மாற்றலாம்.

தொட்டிக்குள் எறும்புகள் நுழையாமல் தடுக்க தொட்டியைச் சுற்றி தண்ணீர் அல்லது சாம்பலைத் தெளித்து வைக்கலாம்.

விதைத்தது முளைத்து, வேர்விடும்வரை தொட்டி நிழலில் இருப்பது நல்லது. பிறகு, திறந்த முற்றத்தில், வெய்யிலில் வைக்கலாம்.

தொட்டிச் செடி, வளர்ச்சி குன்றக் காரணம், நாம் மண்ணை மாற்றாமல் அப்படியே விட்டு வைப்பதுதான். செடியைப் பார்த்தாலே தெரியும், எப்போது மண்ணை மாற்ற வேண்டும் என்பது. செடி நட்ட நாளில் இடப்பட்ட மண், உரச் சத்துக்கள் செடியால் கிரகிக்கப்பட்ட பிறகு அந்த மண்ணில் சத்து எப்படி இருக்கும். பழைய மண்ணை அகற்றுங்கள். அடிவரை உள்ள மண்ணை அகற்றவேண்டிய அவசியம் இல்லை. வேர்கள் பாதிக்கப்படும். மேற்பரப்பில், சுமார் மூன்று அங்குல ஆழம்வரை உள்ள மண்ணை அகற்றினால் போதும். புதிய மண்ணுடன் உரம் கலந்து தொட்டியை நிரப்பி விடுங்கள்.

சில நேரம் செடி காய்ந்து கொண்டே வரும். இலைகள் நிறம் மாறும். மண்ணின் தரம் குறைந்து

விட்டதையும், மண்ணில் புழு பூச்சிகள் ஊடுருவி விட்டதையும் காட்டும் அடையாளங்கள்தாம் அவை. அது, தொட்டி மாற்ற வேண்டிய தருணம் ஆகும்.

தொட்டியில் பயிர் பண்ணுவதில் ஒரு சவுகரியம், நீங்கள் விரும்புகிற இடத்தில் தொட்டிகளை வைத்துக்கொண்டு விடலாம். அதுமட்டுமா அதிகம் நீர் தேவைப்படாது. உழைப்பும்தான். முக்கியமாக களைப் பிரச்சினை இல்லை.

மழையிலோ, புயற்காற்றிலோ தோட்டச் செடிகள் சேதமடையும். தொட்டிச் செடிகள் என்றால், பாதுகாப்பான இடத்திற்கு தொட்டிகளை நகர்த்திக் கொண்டு விடலாம்.

மகத்துவம் ஒன்றல்ல

காய்கறிகளில் உள்ள உயிர்ச்சத்துக்கள் (Vitamin), தாது உப்புக்கள் (Mineral) பற்றிக் கொஞ்சம் நமக்குத் தெரிந்திருக்கும். அவற்றின் மருத்துவக் குணங்கள், அழகுப் பராமரிப்பில் அவற்றிற்குள்ள முக்கியத்துவம் பற்றி எல்லாம் நமக்குத் தெரியுமோ? தெரிந்திருப்பின், உங்களுடைய கார்டன் ப்ளானில் எந்தெந்தக் காய்கறிகளுக்கு முக்கியத்துவம் அளிப்பது, முன்னுரிமை கொடுப்பது என்பதை எளிதாகத் தீர்மானிக்க முடியும்.

நம்முடைய உடல் வளர்ச்சியில் ஒரு பிரதான பங்கு காய்கறிக்கு உண்டு. நமக்குத் தேவையான

சோடியம், கால்ஸியம், பொட்டாஸியம், சல்ஃபர், பாஸ்பரஸ் போன்ற தாது உப்புக்களை நாம் அவற்றின் மூலக நிலையில் அப்படியே சாப்பிட்டுவிட முடியுமா? முடியாது. ஆனால், தாவரங்களின் மூலம் கிடைக்கிறபோது அவற்றை நம் உடம்பால் இயல்பாகக் கிரகித்துக் கொண்டுவிட முடியும்.

கீரைகளிலும், பச்சைக் காய்கறிகளிலும் உள்ள சத்துக்களை நாம் சுலபமாக சீரணித்துக் கொள்கிறோம். அதற்காக நம் உடம்பு தன்னுடைய சக்தியை அதிகம் செலவழிக்க வேண்டி இருக்காது.

காய்கறிகள் இயற்கையின் ஐந்து மூலகப் பொருட்களை (மண், நீர், காற்று, ஒளி, வானம்) நேரடியாகப் பயன்படுத்திக் கொண்டு வளரும். நம்முடைய உடம்பும் அந்த மூலகங்களையே அடிப்படையாகக் கொண்டது. ஸோ... காய்கறிகள் நமக்கு இன்றியமையாத உணவு மட்டுமல்ல. மருந்தாகவும் உதவக்கூடியது.

கடையில் விற்கிற காய்கறிகளுக்கும், வீட்டுத் தோட்டத்தில் பறிக்கிற காய்களுக்கும் வித்தியாசம் உண்டு. தோட்டத்துக் காய்கள் புத்தம் புதிதாக இருக்கும். அதனுடைய பச்சையத் தன்மை (Chlrophyllic Value) அதிகமாய் இருப்பதால் ஆரோக்கியத்துக்கு மிகவும் உகந்தது. அத்துடன் சமைப்பதற்கு சற்று முன்பே பறிக்கப்படுவதால் காய்களின் சுவை அப்படியே இருக்கும்.

கடைகளில் இருந்து நாம் வாங்கி வரும் காய்கறிகளில் அதே பசுமையையும், சுவையையும்

எப்படி எதிர்பார்க்க முடியும். உங்களை வீட்டுத் தோட்டம் போடும்படி சிபாரிசு செய்வது முக்கியமாக இது காரணம் பற்றித்தான்.

ஒவ்வொரு காய்க்கும் தனிக்குணம். அவை மூன்று முக்கியப் பிரிவுகளால் அறியப்படும்.

சாறும், சதைப்பற்றும் உள்ள காய்கள் (சாத்வீக வகையினது) சக்தியை அதிகரிக்கும், வலிமையையும், மகிழ்ச்சியையும் தரும். ஆயுளை நீட்டிக்கும்.

உவர்ப்பும், புளிப்பும், கசப்பும், காரமும் உள்ள காய்கள் (ரஜஸிக் வகையினது) மிகுந்த நற்பலன்களைக் கொடுப்பதில்லை.

மாவுச்சத்து அதிகம் உள்ள உருளை, சேனைக் கிழங்கு போன்ற காய்கறிகளை (ஸிமிக்கந்த்) அளவோடுதான் உண்ண வேண்டும். இவற்றை சாப்பிடும்போது தானிய உணவை (Cereals) குறைத்துக் கொள்ள வேண்டும்.

உயிர்ச்சத்துக்கள்

காய்கறிகளில் காரட், முளைக்கீரை, முருங்கைக்கீரை, முட்டைகோஸ், கொத்துமல்லி ஆகியவற்றில் வைட்டமின் ஏ சத்து உள்ளது.

வெண்டை, அவரை, பூசணி, பீர்க்கன், தக்காளி, வெங்காயம், காலிஃப்ளவர், முட்டைகோஸ், பீட்ரூட், காரட், உருளை, முள்ளங்கி, பாகல், பறங்கி இவற்றில் வைட்டமின் பி சத்து உள்ளது.

முளைக்கீரை, முட்டைகோஸ், பசலை, கத்தரி, கொத்தவரை, முருங்கைக்காய், வெண்டைக்காய், வாழைக்காய், தக்காளி, வெங்காயம் ஆகியவற்றில் வைட்டமின் சி சத்து உள்ளது.

தேங்காயில் சிறிதளவு வைட்டமின் டி சத்து உண்டு.

பொதுவாகக் கீரை வகைகள் அனைத்திலும் புரதம் (Protein), மாவுச் சத்து (Carbohydrate), கொழுப்புச் சத்து (Fat), சுண்ணாம்புச் சத்து (Calcium) அத்துடன் இரும்புச்சத்து (Iron) ஆகியவை நிரம்ப உண்டு.

உருளையில் 2 சதவீதம் நார்ச்சத்தும், காரட்டில் 2.9 சதமும், முட்டைகோஸில் 2.8 சதமும் உண்டு.

புரதம் - உடல் வளர்ச்சிக்கு இன்றியமையாதது. குழந்தைகளுக்கும், பேறுகாலப் பெண்களுக்கும், பிரசவித்த பெண்களுக்கும் அதிக அளவில் தேவைப்படுவது.

மாவுச்சத்து - மிக அவசியமான எரிபொருள்.

கொழுப்புச்சத்து - சக்திக்கு முக்கியமானது.

சுண்ணாம்புச் சத்து - பல், எலும்பு உறுதிக்கும், வளர்ச்சிக்கும் தேவை.

காய்கறிகளைச் சேர்த்துக் கொள்கிறோம் பேர்வழி என்று சும்மா விடமுடியாது. நீங்கள் அவற்றை எப்படிப் பயன்படுத்துகிறீர்கள் என்பதும்

முக்கியம். சரியான முறையில் பயன்படுத்தத் தெரியாமல் காய்கறிகளில் உள்ள சத்துக்களை பாழ்படுத்தி விடுகிறவர்கள் நிறைய பேர்.

காய்கறிகளில் இருந்து அதிகபட்ச பலன்களைப் பெற விரும்புகிறவர் கீழ்க்கண்ட குறிப்புகளை நினைவில் வைத்துக்கொள்ள வேண்டும்.

சமைக்காமல் பச்சையாக சாப்பிட வேண்டிய வற்றை, அப்படியே பச்சையாகவே சாப்பிட்டு விடவேண்டும். சாலட் (Salad) செய்வதன் மூலம் அதிக அளவு காய்களை சேர்த்துக் கொள்ள முடியும். காரட், முட்டைகோஸ், பீட்ரூட், முள்ளங்கி, வெள்ளரி, தக்காளி போன்றவற்றை சிறு துண்டு களாக்கியோ, துருவியோ 'சாலட்' பண்ணலாம்.

கொடிவகைக் காய்கள் (புடலை, பீர்க்கன், பாகல், சுரை, பறங்கி, பூசணி, அவரை) எல்லாமே எளிதில் சீரணமாகக் கூடியவை. தாராளமாகவே சாப்பிட்டு வைக்கலாம்.

காய்கறிகளின் தோலை ஒட்டின பகுதியில்தான் உயிர்ச்சத்துக்களும், தாதுக்களும் செறிவுற்றிருக்கும். சமைக்கும்போது தோலை செதுக்கி எறிவதால் நிறைய சத்துக்களை நாம் இழக்க நேரிடுகிறது.

காய்களின் மருத்துவ குணங்கள்

மணத்தக்காளி – கண் எரிவு, கபத் தொந்தரவு களை நீக்கும்.

முருங்கைக்கீரை – பித்த மயக்கம், உட்சூட்டைப் போக்கும். தாதுப் பெருக்கத்திற்கு உதவும்.

கறிவேப்பிலை – வயிற்று உப்புசத்திற்கு நல்லது.

கீரைத்தண்டு – வயிற்றுவலி, மலக் கட்டு, பேதி போன்றவற்றில் குணமளிக்கும்.

பசலைக்கீரை – வாந்தி, சிறுநீர் எரிச்சல், மலச்சிக்கல் ஆகியவற்றை குணப்படுத்தும்.

சிறுகீரை – கண்ணில் ஏற்படும் படலம், வீக்கம் மற்றும் பித்த உபாதைகளைத் தீர்க்கும்.

வெந்தயக்கீரை – வாதம், பித்தம், வயிற்று உப்புசம் ஆகியவற்றை நீக்கும்.

கொத்துமல்லிக்கீரை – வாந்தி, சுரம் போன்றவற்றில் குணம் காண உதவும். பித்த மயக்கத்தைப் போக்கும். பசி எடுக்கும்.

பொன்னாங்கண்ணிக்கீரை – கண் உபாதைகளை சரிப்படுத்தும்.

புதினா – விக்கல், மலப்போக்கு, பசிஇன்மைத் தொல்லைகளை தீர்த்து வைக்கும்.

பறங்கிக்காய் – பசியை ஊக்குவிக்கும். குடலை சுத்தப்படுத்தும். அதிகம் உபயோகித்தால் கபத்தை உண்டுபண்ணும்.

பூசணி – சூட்டைத் தணிக்கும். குடல் வேக்காடு, அழற்சியைப் போக்கும்.

பாகற்காய் – நீரிழிவினைக் கட்டுப்படுத்தும். கண் பார்வையை தெளிவாக்கும். பற்களுக்கும், எலும்புகளுக்கும் உறுதி.

அவரை – வாத நோயில் அவதிப்படுகிறவரும், பிரசவித்த பெண்களும் பலன்பெற முடியும். பத்தியத்திற்கு ஏற்றது.

கத்தரி – பித்த உபாதைகளை நீக்கும். மலச்சிக்கலுக்கு நல்ல மருந்து. பிரசவித்த பெண்களுக்கும், பத்தியம் இருப்பவர்களுக்கும் உகந்தது. ஜலதோஷத்தையும், கபத்தையும் முறிக்கும். சிலருக்கு 'அலர்ஜி'.

முருங்கைக்காய் – இருதயத்தை வலுப்படுத்தும். ரத்த விருத்தி, தாது விருத்திக்கு நல்ல சிபாரிசு.

வெண்டை – ஞாபகசக்தியை மேம்படுத்தும். சிறுநீரகம் தொடர்பான உபாதைகளைப் போக்க வல்லது.

வாழைக்காய் – கபம், மூச்சுத் திணறல், பேதி, பித்த மயக்கம், உடல்மெலிவு, சோகை முதலியவற்றில் குணம் அளிப்பது.

கொத்தவரை – பித்தத்தை அதிகரிக்கும்.

தக்காளி – உடல் உஷ்ணத்தைத் தணிக்கும். இரத்த விருத்தி.

கருணைக்கிழங்கு – மூலவியாதியைக் குணப்படுத்தும்.

முள்ளங்கி – வயிற்றுப்புண், சுவாச அடைப்பு, இருமல் போன்றவற்றில் நல்ல பலனளிக்கும். ஊளைச் சதையை குறைக்க உதவும். சிறுநீர் அடைப்பை நீக்கும்.

சேம்பு – சீரண உறுப்பில் உற்ற உபாதைகளைத் தீர்க்கும். உடலுக்கும், மூளைக்கும் பலத்தை வழங்கும்.

உருளை – உயிர்ச்சத்து மிக்கது. மலச்சிக்கலைப் போக்கும். இரத்த அழுத்தத்தைக் கட்டுப்படுத்தும்.

இஞ்சி – மூட்டு வலிகளை நிவர்த்திக்கும். அஜீரணத்தை அகற்றி பசியை ஊக்குவிக்கும். மயக்கம், வாந்தி உள்ளவர்கள் இஞ்சிச் சாற்றுடன் தேன் கலந்து சாப்பிட குணம் கிடைக்கும்.

காரட் – இதில் உள்ள 'பீட்டா கரோட்டீன்' (வைட்டமின் ஏ), உடம்பின் நோய் எதிர்ப்பு சக்தியை வளர்க்கும். புற்றுநோயில் இருந்து காக்கும். கண்ணில் சதை (Cataract) வளர்வதைத் தடுக்கும்.

வாழை – சிறந்த மலமிளக்கி. இதனுடைய பொட்டாஸியச் செறிவு இரத்த அழுத்தத்தைக் கட்டுப்படுத்த உதவும்.

காலிஃப்ளவர் – இரத்த அழுத்தத்தைக் கட்டுப்படுத்தும். சோர்வை அகற்றும். புற்றுநோயைத் தடுக்கும்.

வெங்காயம் - கொழுப்பு மிக்க உணவுகளால் ஏற்படும் பாதிப்புகளைக் குறைக்கும். இரத்தம் உறையாமல் பார்த்துக்கொள்ளும். வயிற்றில் புற்று வராமல் தடுக்கும். இருதய நோய்களுக்கு எதிரான பாதுகாப்பை வழங்கும்.

எலுமிச்சை - இரத்த விநியோகத்தை மேம் படுத்துகிறது. இருதயத் தமனியின் அழுத்தத்தைக் குறைக்கிறது. ஈரலுக்கு நல்ல டானிக் மாதிரி. இதிலுள்ள க்ளுகோஸ், கால்சியம், தாது உப்புக்கள், அயச்சத்து எல்லாம் சேர்ந்து எலுமிச்சையை ஒரு ஆரோக்கிய உணவாக்கி விட்டதெனலாம். எலு மிச்சையில் உள்ள ஸிட்ரிக் அமிலம் நம்முடைய குடல்பாதையில் இடைஞ்சலை ஏற்படுத்தும். பாக்டீரியாக்களை அழிக்க வல்லது. உணவுக் கட்டுப்பாட்டில் இருப்பவர்களுக்கு உதவுகிறது. ஒரு கிளாஸ் வெந்நீரில் அரை மூடி எலுமிச்சை சாறுடன் தேன் கலந்து சாப்பிடலாம். இது ஒரு மலமிளக்கி. பசியைத் தூண்டவும் செய்யும்.

முட்டைகோஸ் - அகால முதுமையைத் தடுக்கிறது. நம் உடம்பிற்கு தேவையான எதிர்ப்பு சக்தியை வழங்குகிறது. பித்த நீர்ப்பையில் கல் வராமல் தடுக்கிறது. கொலஸ்ட்ராலை அகற்று கிறது. நீரிழிவு, சோகை நோய்க்காரர்களுக்கு ஒரு வரப்ரசாதம். சீரணத்திற்கு உதவுகிறது.

அழகுப் பராமரிப்பில்

நீம் உணவில் புரதமும் (Protein), மாவுச் சத்தும் (Carbohydrate) குறைந்தால் உடம்பை இயக்குகிற ஹார்மோன்களில் (இயக்கு நீர்) மாற்றம் வரும். சருமம் உலர்ந்து, மெலிந்து போகும். தலைமுடி பளபளப்பை இழக்கும். வறண்டு, சுலபத்தில் உதிர்ந்து விடும். சருமப் பராமரிப்புக்கான சத்துக்களை பீட்ரூட், உருளை, முள்ளங்கி, கீரை வகைகள், முட்டைகோஸ் போன்ற காய்கறிகளில் இருந்து பெறமுடியும்.

சிலருக்கு சருமம் வறண்டு, சுருங்கிப்போகும். மடிப்புகள் விழும். இதற்கெல்லாம் என்ன காரணம்? சருமத்திற்கு அடியில் 'ஸீபம்' என்னும் எண்ணெயை சுரக்கும் சுரப்பிகள் (Glands) தங்கள் சுரப்பை இழந்து விடுவதுதான். க்ரீம் வகைகளை மட்டும் உபயோகித்து அந்தக் குறைபாட்டை சரி செய்துவிட முடியாது. காரட், கீரை வகை, வாழைக்காய், காலிஃப்ளவர், தக்காளி மற்றும் தாவர எண்ணெயில் இருந்து தேவையான கொழுப்புச் சத்தை பெற்றாக வேண்டும்.

வைட்டமின் பி குறைந்தால் அனேக முடிப் பிரச்சினைகள், சருமப் பிரச்சினைகள் வரும்.

அவரை, பூசணி, பீர்க்கன், வெங்காயம், வெண்டை, பீட்ரூட், பசலைக்கீரை, பாகல், பறங்கி போன்ற காய்கறிகளை நிறைய சேர்த்துக் கொள்ள தீர்வு கிடைக்கும். நியஸின் (Niacin) சத்துக் குறைவில் சருமம் உரியும், சிவக்கும், புண்ணாகும். ஃபோலிக் (Folic) அமிலம் குறைந்தால் சருமம் வெளிறிப்போகும். வைட்டமின் பி2 குறைபாட்டில் சருமம் வெடிப்பு காணும். வைட்டமின் பி12 குறைய முடி உதிரும். மேற்கண்ட பிரச்சினை களுக்கு கீரை வகைகள், வெங்காயம், முட்டை கோஸ் மூலம் தீர்வு கிடைக்கும். சருமத்திற்கும், முடிக்கும் அவசியமான வைட்டமின் சி, தக்காளி, நெல்லிக்காய், முட்டைகோஸ், காளிஃப்ளவர், நாரத்தை வகைகளில் நிரம்ப உண்டு. முடி நிறம் இழக்கவும், சருமம் வறண்டு, செதிகள் ஏற்படவும் வைட்டமின் ஏ பற்றாக்குறைதான் காரணம். சர்க்கரை வள்ளிக்கிழங்கு, தக்காளி, காரட்டை உணவில் சேர்த்து ஈடுகட்டலாம்.

சருமம் மிருதுவாகவும், ஈரநைப்புடனும் இருக்க வைட்டமின் 'இ' அவசியம். அவரை, பட்டாணி, முட்டைகோஸ், காளிஃப்ளவர் மற்றும் தாவர எண்ணெய்களில் இருந்து வைட்டமின் 'இ' சத்தைப் பெற முடியும்.

நினைவில் வையுங்கள்

- பயிரிடப்போகும் காய்கறிச் செடிகளுக்கு ஏற்ப பாத்தி பிரியுங்கள்.
- காலை அல்லது மாலையில் தோட்டப் பராமரிப்புக்குக் கட்டாயம் நேரம் ஒதுக்க வேண்டி இருக்கும்.
- குறுகிய காலப் பயிர்களை, நீண்ட காலப் பயிர்களின் இடையே ஊடுபயிராக சாகுபடி செய்யலாம். தனித்தனியாகவும் இடம் ஒதுக்கலாம்.
- தோட்டத்தின் ஒரு மூலையில் தொழு உரம் தயாரிக்க உரக்குழி அமையுங்கள்.
- இரசாயன உரம், பூச்சிக் கொல்லி மருந்துகளை உங்கள் விருப்பப்படி வீசி விடக்கூடாது. சிபாரிசு செய்யப்பட்ட அளவுகளில், உரமிடுங்கள், மருந்து தெளியுங்கள்.
- பெரிய அளவு சாகுபடி செய்கிறவர், கட்டாயம் மண் பரிசோதனை மேற்கொள்ள வேண்டும்.

❑ ❑ ❑

வீட்டுத் தோட்டகாய்கறி சாகுபடி முறைகள்

1. தக்காளி

பயிரிடும் பருவம் : நவம்பர் - ஏப்ரல், ஜுன் - நவம்பர், ஏப்ரல் - செப்டம்பர்.

நடவு முறை : நாற்று விட்டு 25-30 நாட்களில் நடவேண்டும்.

விதை அளவு (10 சதுர மீட்டருக்கு) : 0.5 கிராம்.

இடைவெளி இருக்க வேண்டுவது : 75 X 60 சென்டி மீட்டர்.

உரம் (10 சதுர மீட்டருக்கு, கிராமில்) : தொழுவுரம் 25 கிலோ, தழை, மணி, சாம்பல் சத்து 150; 100; 50 என்ற விகிதத்தில்.

மகசூல் : 10-12 கிலோ வரை.

அறுவடை : நட்ட மூன்றாவது மாதம் முதல் நான்காவது மாதம் வரை.

2. கத்தரி

பயிரிடும் பருவம் : டிசம்பர்-மே, மே-அக்டோபர் மாதங்களில்.

நடவு முறை : 35 முதல் 40 நாள் வயதான நாற்றுக்களை நடவேண்டும்.

விதை அளவு (10 சதுர மீட்டருக்கு) : 0.5 கிராம் விதை போதுமானது.

இடைவெளி : 75 X 50 சென்டி மீட்டர்.

உரம் (10 சதுர மீட்டருக்கு, கிராமில்) : தொழு வுரம் 25 கிலோ, தழை, மணி, சாம்பல் சத்து 100; 50; 30 என்ற விகிதத்தில்.

மகசூல் : 30 கிலோ வரை.

அறுவடை : நட்ட மூன்றாவது மாதம் முதல் ஐந்தாம் மாதம் வரை.

3. மிளகாய்

பயிரிடும் பருவம் : ஜூன்-ஜூலை, செப்டம்பர்-ஏப்ரல்

நடவு முறை : 45 நர்ள் வயதான நாற்றுக்களை நடவேண்டும்.

விதை அளவு (10 சதுர மீட்டர் பரப்புக்கு) : 1 கிராம் போதுமானது.

இடைவெளி : 30 X 30 செண்டி மீட்டர்.

உரம் (10 சதுர மீட்டருக்கு, கிராமில்) : சாணி எரு 35 கிலோ தழை, மணி, சாம்பல் சத்து முறையே 75; 35; 35 என்ற விகிதத்தில்.

மகசூல் : 25 கிலோ வற்றல் அல்லது பச்சை மிளகாயாக 75 கிலோ.

அறுவடை : நட்ட 45-ஆம் நாள் முதல் நாலரை மாதம் வரையிலும்.

4. வெண்டை

பயிரிடும் பருவம் : ஆண்டின் எல்லா மாதத்திலும் நடலாம். நல்ல வெயில், தண்ணீர் இருந்தால் போதுமானது.

நடவு முறை : விதைகளை பார்களின் (சின்னச் சின்ன வரப்புகளின்) பக்கவாட்டில் ஊன்ற வேண்டும்.

விதை அளவு (10 சதுர மீட்டருக்கு) : 10 கிராம் விதை போதுமானது.

இடைவெளி : 60 X 30 செண்டி மீட்டர்.

உரமிடுதல் : தொழுவுரம் 25 கிலோ, தழை, மணி, சாம்பல் சத்து 40; 30; 50 என்ற விகிதத்தில்.

மகசூல் : 15 கிலோ வரை.

அறுவடை : நட்ட 45-ஆம் நாள் முதல் 3 மாதம் வரையிலும்.

5. கொத்தவரை

பயிரிடும் பருவம் : வருடம் முழுவதும் பயிரிடலாம்.

நடவு முறை : விதைகளை பார்களின் பக்கவாட்டில் ஊன்றவும்.

விதை அளவு (10 சதுர மீட்டருக்கு) : 10 கிராம்.

இடைவெளி : 45 X 15 சென்டி மீட்டர்.

உரம் (10 சதுர மீட்டருக்கு, கிராமில்) : தொழுவுரம் 25 கிலோ, தழை, மணி, சாம்பல் சத்து 50; 50; 25 என்ற விகிதத்தில்.

மகசூல் : 5-6 கிலோ வரையில்.

அறுவடை : நட்ட 45-ஆம் நாள் முதல் 3 மாதம் முடிய செய்யலாம்.

6. முள்ளங்கி

பயிரிடும் பருவம் : வருடம் முழுவதும் பயிரிடலாம்.

நடவு முறை : விதைகளை பார்களின் பக்கவாட்டில் ஊன்றவும்.

விதை அளவு (10 சதுர மீட்டருக்கு) : 5 கிராம் போதும்.

இடைவெளி : 30 X 15 சென்டி மீட்டர்.

உரம் (10 சதுர மீட்டருக்கு, கிராமில்) : தொழுவுரம் 25 கிலோ, தழை, மணி, சாம்பல் சத்து 50; 100; 50 என்ற விகிதத்தில்.

மகசூல் : 20-30 கிலோ வரை.

அறுவடை : நடவு செய்த 45 நாட்களில் பறிக்கலாம்.

7. சிறுகீரை, முளைக்கீரை

பயிரிடும் பருவம் : வருடம் முழுவதும் பயிரிடலாம்.

நடவு முறை: 1 பங்கு விதையுடன் 10 பங்கு மணல் கலந்து மேட்டுப் பாத்தியில் விதைக்கவும்.

**விதை அளவு *(10 சதுர மீட்டருக்கு)* : 2 கிராம்.

இடைவெளி : 15 X 15 சென்டி மீட்டர்.

உரம் *(10 சதுர மீட்டருக்கு, கிராமில்)* : தொழுவுரம் 26 கிலோ, தழை, மணி, சாம்பல் சத்து 75; 25; 25 என்ற விகிதத்தில்.

மகசூல் : 12-16 கிலோ வரை.

அறுவடை : வாரம் இருமுறை பறிக்கலாம்.

8. அவரைச் செடி வகைகள்

பயிரிடும் பருவம் : ஆடிப்பட்டம், தைப்பட்டம்.

நடவு முறை: பாரில் பக்கவாட்டில் விதைகளை ஊன்றவும்.

விதை அளவு *(10 சதுர மீட்டருக்கு)* : 25 கிராம்.

இடைவெளி : 60 X 60 சென்டி மீட்டர்.

உரம் *(10 சதுர மீட்டருக்கு, கிராமில்)* : தொழுவுரம் 12 கிலோ, தழை, மணி, சாம்பல் சத்து 25; 50; 50 என்ற விகிதத்தில்.

மகசூல் : 12 கிலோ வரை.

அறுவடை : விதைத்த 50-வது நாள் முதல் 70-வது நாள் வரை.

9. அவரைக் கொடி ரகம்

பயிரிடும் பருவம் : ஆடிப்பட்டம், தைப்பட்டம்.
நடவு முறை : குழியில் விதைகளை ஊன்றவும்.
விதை அளவு (10 சதுர மீட்டருக்கு) : 5 கிராம்.
இடைவெளி : சென்டி மீட்டர் 2 மீ X 2 மீட்டர்.
உரம் (10 சதுர மீட்டருக்கு, கிராமில்) : தொழுவுரம் 10 கிலோ, 1 குழிக்கு. தழை, மணி, சாம்பல் சத்து 24; 24; 24 என்ற விகிதத்தில்.
மகசூல் : 12 கிலோ வரை.
அறுவடை : விதைத்த 50 முதல் 120 நாள் வரை கிடைக்கும்.

10. புடலை வகைகள்

பயிரிடும் பருவம் : ஆடிப்பட்டம், தைப்பட்டம்
நடவு முறை : 45 X 45 குழிகளில் 10 கிலோ தொழுவுரம் இட்டு விதைகளை ஊன்றவும்.
விதை அளவு (10 சதுர மீட்டருக்கு) : 5 கிராம்.
இடைவெளி : சென்டிமீட்டர் 2.5 மீ X 2.5 மீட்டர்.
உரம் (10 சதுர மீட்டருக்கு, கிராமில்) : தொழுவுரம் 10 கிலோ, தழை, மணி, சாம்பல் சத்து 24; 24; 24 என்ற விகிதத்தில்.
மகசூல் : 18 கிலோ.
அறுவடை : 3-ஆம் மாதம் முதல் 5-ஆம் மாதம் வரை.

முழுமையான தோட்ட வரைவு

தென்னை
எலுமிச்சை
எலுமிச்சை
தென்னை
கறிவேப்பிலை
வாழை
வாழை
கறிவேப்பிலை
வடிகால் 1'
1அடி கால்வாய்
கருணை
கிழங்கு வகைகள்
முள்ளங்கி
மஞ்சள்
1அடி கால்வாய்
பூசணி
பீர்க்கன்
பறங்கி
நடைபாதை 1'
கீரை
4 அடி
1அடி கால்வாய்
கத்தரி, செடிவகை
வெண்டை
தக்காளி
9 அடி
1அடி கால்வாய்
அவரை
பாகல்
கொடிவகை
பந்தல்
9 அடி
அவரை
18 அடி அகலம்
25 அடி நீளம்

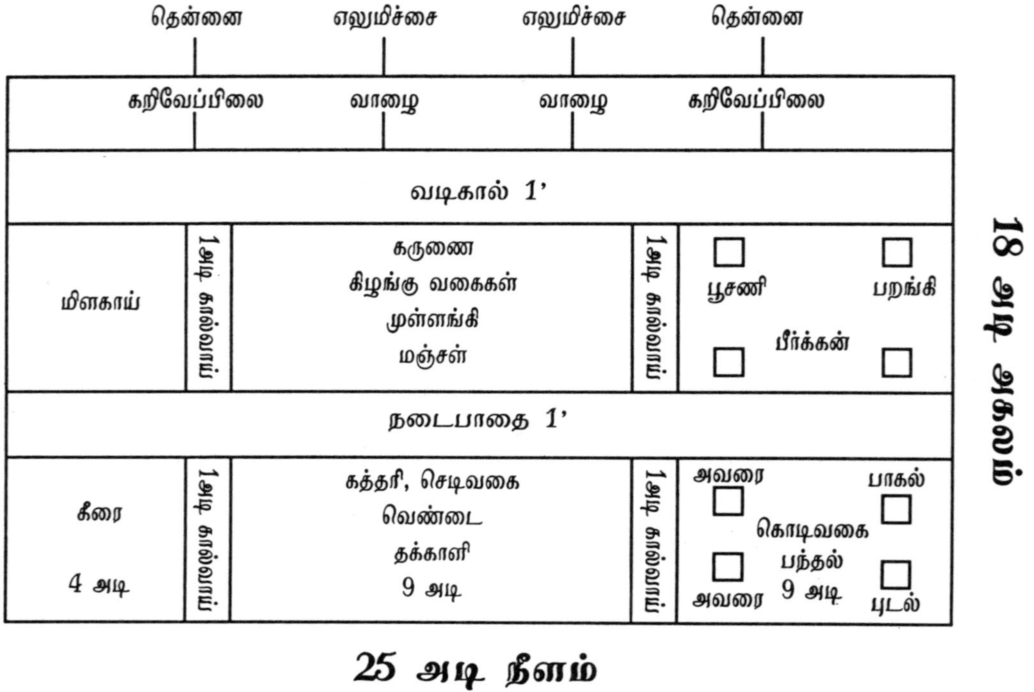

டென்ஷன் ஆவீர்களா?
முதல்ல அதை விடுங்க, இல்லே,
'ஹார்ட் அட்டாக்' வரும்!

சிறிய விஷயங்களுக்குக்கூட, 'டென்ஷன்' ஆகுபவரா? பிரச்னையை சமாளிக்கத் தெரியாமல், அடிக்கடி சத்தம் போடுபவரா? ரசத்தில் உப்பு குறைவாக இருந்தாலும் எரிச்சல் அடைபவரா?

இப்படி எதற்கெடுத்தாலும், 'சுருக்'கென கோபப்படும் நபர் என்றால், முதலில் அதை கைவிட முயற்சி எடுங்க; இல்லை, 'ஹார்ட் அட்டாக்' அபாயம் உண்டு!

டில்லியின் பிரபல மருத்துவமனைகளில் உள்ள நிபுணர்கள்தான் இப்படி எச்சரிக்கின்றனர். "ஆத்திரப்படும் போது, 'ஸ்ட்ரெஸ்' அதிகமாகி, ரத்த அழுத்தம் அதிகரிக்கின்றது. அட்ரீனலின் சுரப்பி அதிக வேலை செய்கிறது. அதனால், இருதய தசைகளுக்கு அதிக ஆக்சிஜன் தேவைப்படுகிறது. அப்படி கிடைக்காதபோது, 'ப்ளேட்லெட்ஸ்' என்ற பிசுபிசுப்பான திரவம் சுரந்து, ரத்தக்குழாய்களில் படிந்து, அதில் அடைப்பை ஏற்படுத்துகிறது. அடைப்பு ஏற்படுவதால் ரத்த ஓட்டத்தில் பாதிப்பு ஏற்படுகிறது. அப்படி பாதிப்பு ஏற்படுவதால் மாரடைப்பு வருகிறது" என்று, இந்த நிபுணர்கள் கூறுகின்றனர்.

'எஸ்கார்ட்ஸ்' மருத்துவமனை இருதய மருத்துவ நிபுணர் பியுஷ் ஜெயின் கூறுகையில், "உணவு, பழக்க வழக்கம் ஆகியவை இருதய பாதிப்பு காரணங்கள் என்று சொன்னாலும், மன அழுத்தம் அதிகமாகும் போதுதான் அதிக ஆபத்து ஏற்படுகிறது. கொலஸ்ட்ரால் போன்றவற்றால் ரத்த அழுத்தம் ஏற்படுபவர்களை விட, ஆத்திரப்படும், 'டென்ஷன்' கொள்ளும் நபர்களுக்கு மன அழுத்தம் அதிகம். அப்படி வரும் போது, மற்றவர்களை விட இவர்களுக்கு இருதய பாதிப்பு வருவது நான்கு மடங்கு அதிகம். ஆத்திரத்தை வெளிக்காட்டுவதும் தவறு; அடக்குவதும்

அதை விட ஆபத்து. ஆத்திரத்தை அடக்குவதால், இன்னும் அதிகமாக இருதயத்துக்கு பாதிப்பு வரும்" என்றார்.

அமைதியாக செயல்படுபவர்களுக்கு பொதுவாகவே எந்த உடல் கோளாறும் வர வாய்ப்பில்லை. அவர்களின் உணவு, பழக்க வழக்கங்களில் மாற்றம் இருந்தால் தான் பாதிப்பு வரும். ஆனால் எதற்கெடுத்தாலும் கோபப்படுவோருக்கு மன அழுத்தம் ஏற்பட, பல நோய்களுக்கு அது திறவுகோலாகிறது. இளைய தலைமுறையினருக்கு அதிக அளவில் இப்போது மன அழுத்தம் ஏற்படுகிறது. இதை அவர்கள் தவிர்த்துக் கொள்ள வேண்டும் என்று டில்லி 'மாக்ஸ்' மருத்துவமனை நிபுணர் அனில் பன் கூறினார்.

"உடல் எடை அதிகமாக இருக்கலாம்; ரத்த அழுத்தம் இருக்கலாம்; மது பழக்கமும் இருக்கலாம். ஆனால் அவற்றில் எல்லாம் வராத மாரடைப்பு, மன அழுத்தத்தால் அதிகரிக்க வாய்ப்பு உண்டு. ஆத்திரப்படுவோருக்கு மன அழுத்தம் ஏற்படும் போது, அவர்கள் என்னதான் ஆரோக்கியமாக இருந்தாலும், 'சி-ரியாக்டிவ் ப்ரோட்டீன்' என்ற ஒரு ரசாயனம் உருவாகிறது. அதுதான் ஆபத்தானது. ரத்தக்குழாயில் அடைப்பை ஏற்படுத்தி மாரடைப்பு வர அதுதான் காரணமாகிறது. மாரடைப்பில் இறப்போரில், 50 சதவீதம் பேர், இந்த வகை பாதிப்பால்தான்" என்றும் நிபுணர்கள் தெரிவித்தனர்.

"போக்குவரத்து நெரிசலில் சிக்கும்போது எரிச்சல் படுவது, ரயில் டிக்கெட் முன்பதிவு செய்யும்போது 'உச்ச்...' கொட்டுவது, மனைவியிடம் சண்டைபோடும்போது கண் சிவப்பது, ஆபீசில் 'பாஸ்' ஏதாவது சொல்லி விட்டால், தவறை திருத்திக்கொள்ளாமல் புலம்புவது போன்றவையும் மன அழுத்தத்துக்கு அறிகுறி. எல்லாவற்றையும் திட்டமிட்டு, அமைதியாக செயல்பட்டால் இருதய பாதிப்பே வராது" என்றும் நிபுணர்கள் கூறியுள்ளனர்.

(நன்றி : தினமலர் நாளிதழ் - 07.10.2007)